புத்தநெறி கருத்தியல் திரைப்படங்கள்

மா. அமரேசன்

அறம் பதிப்பகம்

புத்தநெறி கருத்தியல் திரைப்படங்கள்

மா. அமரேசன் ©

முதல் பதிப்பு: டிசம்பர் 2023

வெளியீட்டு எண்: 150

வெளியீடு: அறம் பதிப்பகம்

Buthaneri Karuthiyal Thiraipadangal

Author: Ma. Amaresan ©

First Edition: December, 2023

Published by: Aram Publication
Address: No. 3/582, Mullai street,
Kasthuribai nagar, Mullipattu village & post
Arani Taluk - 632 316
Tiruvannamalai Dt, Tamil nadu
Contact Cell No: 9150724997
e-mail: arampublication50@gmail.com

Designer: G. Murugan

Printed at: Durga printers, Chennai-14

ISBN: 978-93-91480-94-3

Pages: 88, Price: INR 110

படையல்:

சினிமாவை பொழுதுபோக்கு
கருவியாக கற்றுத்தந்த என் அன்னை
மனோன்மணிக்கு

ஆசிரியர் குறிப்பு

மா. அமரேசன், திருவண்ணாமலை மாவட்டம், கரிக்காத்தூர் கிராமத்தில் 15.07.1968 ல் பிறந்தவர், முதுகலை, சமூகவியல், முதுகலை சமூகப்பணி, முதுகலை ஊரக வளர்ச்சி படித்தவர், சமூகவியலில் ஆய்வு மாணவராக இருப்பவர்,

தொண்டு நிறுவனங்கள், நுண் நிதி நிறுவனங்கள், தமிழ்நாடு அரசின் புதுவாழ்வு திட்டம், பீகார் அரசின் பீகார் மாநில ஊரக வாழ்வாதாரத் திட்டம் மற்றும் உலக வங்கி திட்டங்களில் பணி செய்து 25 ஆண்டுகளுக்கும் மேலான பழுத்த அனுபவம் பெற்றவர், தற்போது அறம் பதிப்பகத்தை நிர்வகித்து வருகின்றார்.

இவருடைய எழுத்துகள் தீர்வைச் சொல்லும் எழுத்துகள் என்று அறிஞர்களால் போற்றப்படுபவர், பௌத்த அறிஞர் என்றும் மக்களால் போற்றப் படுபவர், சமகாலப் பார்வையில் புத்தநெறியை ஆவணப்படுத்தும் வகையில் தமிழுக்குப் பல புத்தகங்களைத் தந்திருக்கின்றார்,

1. இளையராஜாவின் இசைப் பாடல்களில் புத்தகச் சமயக் கோட்பாடுகள்
2. கொன்றை வேந்தன் மீள் வாசிப்பு
3. ஆத்திசூடி மீள் வாசிப்பு
4. சுற்றுச்சூழலும் புத்தசமயமும்,
5. சுற்றுச்சூழல் பொருளாதாரம்

ஆகிய புத்தநெறி புத்தகங்களை அடுத்துத் தற்போது புத்தசமயக் கருத்தியல் திரைப்படங்கள் என்னும் புத்தகத்தை எழுதி மக்களிடம் ஒப்படைத்திருக்கின்றார்.

தமிழக அரசின் ஒன்பதாம் வகுப்பு தமிழ் பாடத்தில் இவருடைய "கண்ணுக்குப் புலப்படாத தண்ணீரும் புலப்படும் உண்மைகளும் நூலிலிருந்து ஒரு சிறு குறிப்பு இடம் பெற்றுள்ளது. சென்னை எத்திராஜ் மகளிர் கல்லூரியில் இளங்கலை இரண்டாம் ஆண்டு தமிழ் பாடத்திட்டத்தில் இவருடைய தண்ணீர் அரசியல் கட்டுரை இடம்பெற்றிருக்கின்றது. சிறந்த மேடைப் பேச்சாளர், பயிற்சியாளர், நிகழ்ச்சி ஒருங்கிணைப்பாளர், அறம் பதிப்பகத்தின் உரிமையாளர், எனப் பன்முகப் பரிமாணம் கொண்டு விளங்குபவர் மா. அமரேசன்.

1. நடுங்கும் நிலம் நடுங்கா மனம்,
2. சுற்றுச்சூழலும் சாதியப் புனிதமும்,
3. சேரி ரெண்டுபட்டால்,
4. கண்ணுக்குப் புலப்படாத தண்ணீரும் புலப்படும் உண்மைகளும்

ஆகியவை இவர் எழுதிய ஆரம்பகாலப் புத்தகங் களாகும். தற்போது ஆரணியில் இருந்து கொண்டு அறம் பதிப்பகத்தை நடத்தி வருகின்றார். அறம் பதிப்பகம் இதுவரையிலும் 150 புத்தகங்களுக்கு மேல் பதிப்பித்திருக்கின்றது.

அணிந்துரை

சமூகத்தின் இயங்கியலை நடத்திச் செய்வதில் கலைகளுக்கு முக்கிய இடமுண்டு. ஒவ்வொரு துறை சார்ந்தும் உருவாகியிருக்கிற வளர்ச்சிக்கும் கலைக்குமான தொடர்பை அவதானித்தோமானால் கலையின் வகிபாகத்தை உணர்ந்து கொள்ள முடியும். ஜனநாயக அரசியலிலும் சர்வதிகார யுத்தங்களிலும் கூட கலைகளின் தாக்கத்தைப் பார்க்கலாம். சொல்லப்போனால் கலைகள் ஆகச் சிறந்த அரசியல் வடிவம். கலைகளாலேயே பல சாம்ராஜ்யங்கள் உருவாகியிருக்கின்றன. அழிந்திருக்கின்றன. கலைகளுக்கு அப்படியொரு ஆற்றல் உண்டு. குறிப்பாக, சமகாலத்தில் வெகுஜன கலையாக இருக்கிற சினிமாவில் முன்வைக்கிற அரசியலும் அதன் வழி கட்டமைக்க விரும்புகிற சமூகமும் முக்கியமான கவனிப்பைக் கோருபவை. அதை மட்டுமே ஆய்வுப் பொருளாகக் கொண்டு கோட்பாடு ரீதியாக அணுகினால் எராளாமான உள்ளடி வேலைகளை இனம்காண முடியும். அதில் ஒரு முயற்சியாகத் தான் ‘புத்தநெறி கருத்தியல் திரைப்படங்கள்’ என்கிற இந்த நூலைப் பார்க்க வேண்டியிருக்கிறது.

தமிழில் சினிமா குறித்த ஆராய்ச்சிகள் நிறைய நடந்திருக்கின்றன. ஆனால் பௌத்தம் குறித்த ஆய்வுகள் இருப்பதாகத் தெரியவில்லை. அந்த வகையில் இதை முதல் நூலாகச் சொல்ல முடியும். ‘பௌத்தம் இந்தியாவில் இல்லை’ என்ற வகையறாவினருக்கு இந்நூல் சினிமா சார்ந்து ஒரு பதிலை வழங்கத் தொடங்கியிருக்கிறது.

மண்ணின் பூர்விகமான தத்துவம் ஒன்று பின்னாளில் அம்மண்ணின் மக்களோடு இரண்டறக் கலந்து விடும். அம்மக்கள் அதை விட்டுவிட்டாலும் அத்தத்துவச் சுவடுகள் அவர்களை விட்டுவிடுவதில்லை என்பதற்கு நிறைய சான்றுகள் உள்ளன. உதாரணமாக யூதர்களைச் சொல்லலாம். அவர்கள் நாடின்றி அலைந்த போது அவர்களுக்குள் இணைப்புக் கண்ணியாக

இருந்து அவர்களின் அடையாளங்களைப் பாதுகாத்தது அவர்களின் கலைகள் தான். அதன் வழியாகவே அவர்கள் மீண்டார்கள். தமக்கான தேசத்தைக் கட்டமைத்தார்கள். அந்த அளவுக்கு நினைவு கூறலையும் அடையாளப் பாதுகாப்பையும் கலைகள் தருகின்றன.

இந்தியாவில் பௌத்தம் இல்லை என்பதை ஒரு வாதத்திற்காக ஏற்றுக் கொள்கிறவர்கள் கூட இந்திய வாழ்வியலில் பௌத்தத்தின் தாக்கம் இல்லை என்கிற முடிவிற்கு வரமாட்டார்கள். உலகின் பிற பகுதிகளில் குறிப்பிட்ட ஒரு தத்துவத்தைச் சினிமாக்கள் வழி வளர்ப்பது, தொடர்வது காத்திரமாகவே இருந்து வருகிறது. இந்தியாவில் அப்படி இல்லையே தவிர, தத்துவ வாசனையுடனான சினிமாக்கள் இல்லை என்று சொல்ல முடியாது. இந்தியர்கள் பல சமயங்களைத் தொடர்கிறவர்களாக இருந்தாலும் அவர்கள் அனைவருக்குள்ளும் பௌத்தத்தின் எச்சங்கள் நிரம்பி இருக்கின்றன. அது அவர்களது கலைகளிலும் பிரதிபலிக்கிறது.

அமரேசன் இந்நூலில் உலகளவிலான ஒன்பது சினிமாக்களை எடுத்துக்கொண்டு, அவற்றில் பௌத்தத்தின் சுவடுகளைக் கண்டடைந்திருக்கிறார். அவரது அணுகுமுறை நம்மை இந்நூலுக்கு இழுத்து செல்கிறது. ‘கங்கா’ என்னும் தமிழ் சினிமா கொல்லாமை, திருடாமை, பிறன்மனை விழையாமை, பொய்சொல்லாமை, மதுவருந்தாமை என்னும் ஐந்து ஒழுக்கக் கோட்பாட்டைப் பேசுகிறது என்கிறார் ஆசிரியர். பல சினிமாக்கள் குடிப்பதைக் குற்றமாகவும், குடிப்பவர்களை வெறுப்புக்குரியவர்களாகவும் சித்திரித்திருக்கின்றன. என்றாலும் அது மாதிரியான விழுமியங்களைப் பௌத்தத்தின் தாக்கமாகப் பார்க்கத் தவறியிருக்கிறோம்.

குங்பூ பாண்டா அமெரிக்க அனிமேசன் திரைப்படம் மனிதன் உடனடியாக ஞானப் பெற முடியும் என்பதை நம்புகிற நிச்சிரென் பௌத்தத்தின் தாக்கம் கொண்டது என்கிறார் ஆசிரியர். அனைவருமே உடனடி ஞானம் பெறத் தகுத்தந்தவர்கள் என்கிற கோட்பாட்டைக் கொண்ட நிச்சிரென் பௌத்தம் அமெரிக்காவின் முக்கியமான வழிபாட்டுப் பிரிவு என்பதை வரலாறு போல ஆசிரியர் விவரிக்கும் இடம்

பாராட்டத்தக்கது. இந்தியாவில் பௌத்தம் அழிக்கப்பட்ட விவரத்தை நவீனமாகச் சொல்லும் ‘ஆங் பேக்’ சினிமா குறித்து பேசியிருக்கும் இடங்கள் வியப்பளிக்கின்றன. ஒரு சினிமாவைப் பார்த்துவிட்டு அதற்குள் ஊடாடிக் கிடைக்கும் புலப்படாத விஷயங்களையும் கவனப்படுத்தி விவரிக்கும் பாங்கு இந்நூலில் குறிப்பிடத்தக்க ஒன்றாகும்.

குங் ஃபூ ஹஸ்டில் சினிமாவை மற்ற சினிமாவுடன் ஒப்பிட்டு அதன் தனித்தன்மையை குறிப்பிடுமிடத்து ஆசிரியரின் பௌத்த அறிதலின் துலக்கத்தைத் தெரிந்துகொள்ள முடிகிறது. இப்படி ஒவ்வொரு சினிமாவையும் அவர் உள்வாங்கி விளக்கியிருக்கும் விதம் பாராட்டிற்குரியது. இதுமாதிரியான ஆராய்ச்சிகளை அவர் தொடர வேண்டும். பௌத்த மீட்சிக்கு அதுவும் ஒரு வகையில் உதவக்கூடும் என நம்புகிறேன். வாழ்த்துக்கள்!

ஞா.குருசாமி

என்னுரை

புத்தசமயக் கருத்தியல் திரைப்படங்கள் என்னும் இந்நூலை நான் நீண்ட காலமாக எழுதிவந்திருக்கின்றேன் என்பதை இந்தப் புத்தகம் முடிக்கும்போதுதான் நான் உணர்ந்தேன். ஆரம்பகாலத்தில் தொண்டு நிறுவனம் மற்றும் உலகவங்கி திட்டம், புதுவாழ்வு திட்டம் ஆகிய திட்டங்களில் பணி செய்யும் போது எனது மேலதிகாரிகள் தருகின்ற மன அழுத்தம் நீங்கப் புத்தகம் படிப்பதும் எழுதுவதும் எனது பொழுது போக்காக இருந்தது.

2021-ல் பீகாரில் இருந்து வந்த பிறகு சொந்தத் தொழில் செய்கின்ற காரணத்தால் மன அழுத்தம் தரும் நிகழ்வுகள் நிரம்ப நடைபெறாத காரணத்தால் நான் எழுதுவதே குறைந்து போனது. கடலூர் புத்தகக் கண்காட்சியில்தான் இந்தப் புத்தகத்தை நிறைவு செய்தேன், என்றால் நீங்கள் புரிந்து கொள்ள வேண்டியது அங்கு ஏதோ மன அழுத்தம் நடைபெறும் நிகழ்வு நடைபெற்றுள்ளது என்பதே, நான் அதை வெளியில் சொல்லி எனக்கு அனுதாபம் தேடிக் கொள்ள விரும்பவில்லை.

புத்தசமயக் கருத்தியல் திரைப்படங்களை எனது பிளாக்கில் எழுதியிருக்கின்றேன், புதிய கோடாங்கி இதழில் தொடராக எழுதியிருக்கின்றேன். அப்போதும் யாரும் பாராட்டியதில்லை இந்தக் கட்டுரைகளை. காரணம், தமிழ் சூழலுக்கு எனது படைப்புகள் காலத்துக்கு முந்திய படைப்பாகவே தொடர்ந்து வருவதால் அதற்கான புரிதலும், காலமும் சரியாக வாய்க்க வில்லை என்றே கருதிக் கொண்டிருக்கின்றேன் நான். மேலும் தமிழ் பரப்புக்குச் சினிமா தெரியும், தமிழ் சமூகம் சினிமாவுடன் உரையாடிக் கொண்டிருக்கின்றது என்பார். கேமரா கவிஞன் பாலுமகேந்திரா, அந்த மாதிரி உரையாடிக் கொண்டிருக்கும் ஒரு சமூகத்தில் ஒரு குறிப்பிட்ட திரைப்படங்கள் புத்தநெறி கருத்தியலைப் பேசுகின்றன என்னும் போது எத்தனை நபர்கள் ஏற்றுக் கொள்வார்கள் என்று எனக்கே தெரியாது.

மேலும் இதை இயக்கிய இயக்குநர்கள், கதை வசனம் மற்றும் திரைக்கதையாளர்கள், நான் சொல்லுகின்ற புத்தசமயத்தின் கண்ணோட்டத்தில் இருந்து அந்தத் அந்த திரைப்படங்களை உருவாக்கினார்களா என்றால் எனக்குத் தெரியாது. அதே நேரத்தில் இந்தப் புத்தகத்தில் குறிப்பிடப்பட்டிருக்கும் ஆங்கிலப் படங்கள் புத்தசமய கருத்தியலின் அடிப்படையில் உருவாக்கப்பட்டவை. அதன் இயக்குநர்களும் இதையே சொல்கிறார்கள். நான் திரையில் அல்லது மடி கணினிகளில் இந்தத் திரைப்படங்களைப் பார்க்கும் போது இதன் கருத்துகளில் புத்தச் சமயம் இருப்பதாக எனக்குத் தோன்றியதால் இந்தப் புத்தகத்தை எழுதினேன். சுருங்கச் சொல்வதென்றால் இதில் எழுதியுள்ள அனைத்தும் எனது தனிப்பட்ட சொந்தக் கருத்தாகும். அதற்கும் அந்தத் திரைப்படத்தை உருவாக்கியவர்களுக்கும் எந்தச் சம்பந்தமும் கிடையாது. ஏற்கெனவே நான் ‘இளையராஜாவின் இசைப்பாடல்களில் புத்தசமய கோட்பாடுகள்’ புத்தகம் எழுதியபோது பலரிடம் இந்தக் கேள்வியில் சிக்கிய அனுபவத்தின் பலனாக இதை நான் எழுதியிருக்கிறேன்.

புத்தசமயக் கருத்தியலில் பல படங்கள் எனக்குத் தெரிந்தாலும், வாசகர்களுக்குப் புரியும் வகையில் உள்ள இந்த ஒன்பது படங்களை மட்டும் எழுதினேன். மிகநுட்பமான கருத்தியல் கொண்ட படங்களைக் கொண்ட படங்களைத் தவிர்த்து விட்டேன். காரணம் எனக்குப் பின் வருபவர்கள் இதை எழுதட்டும் என்ற ஆசைதான். நன்றி

மா. அமரேசன்

ஆரணி – அக்டோபர் 2023

பதிப்புரை

பௌத்த அறிஞர் மா. அமரேசன் எழுதிய புத்தச் சமயக் கருத்தியல் திரைப்படங்கள் நூலை வெளியிடுவதில் அறம் பதிப்பகம் பெருமை கொள்கின்றது. சமகாலச் சூழலுக்குப் பொருந்தாத எந்தச் சமயமும் வாழாது என்கின்ற சொலவடைக்கு ஏற்றார்போல, இந்தியச் சூழலில் சமகாலப் பொருண்மையோடு புத்தச் சமயத்தை அணுகுபவர் மா. அமரேசன். இளையராஜாவின் இசைப் பாடல்களில் புத்தச் சமயக் கோட்பாடுகளின் வழியாக, பௌத்த இசையை மக்களுக்கு அறிமுகம் செய்தார். பின்னர்ச் சுற்றுச்சூழலும் புத்தசமயமும் புத்தகத்தின் வழியாகச் சுற்றுச்சூழல் நோக்கில் புத்தச் சமயத்தை அறிமுகம் செய்தார். அவருடைய சுற்றுச்சூழல் பொருளாதாரம் கூடப் புத்தசமயப் பொருளாதாரப் பார்வையுடைய ஒரு புத்தகம்தான். ஆத்திசூடி மீள் வாசிப்பு மற்றும் கொன்றைவேந்தன் மீள் வாசிப்பு ஆகிய புத்தகங்களின் வழியாக எண்வழி மார்க்கம் மற்றும் புத்தர் குடும்பத்தார்க்குக் கூறிய அறிவுரைகளை அடையாளம் காட்டியிருந்தார்.

உங்களின் கரங்களில் தவழும் இப்புத்தகம் ஒரு அறிமுக நூல் என்றே அறம் பதிப்பகம் கருதுகின்றது. ஒரு திரைப்படத்தை எப்படிப் பார்க்கவேண்டும், அதிலுள்ள புத்தசமயக் கருத்தியல் என்ன என்பதைப் பிரித்துக் காட்டியிருப்பது தமிழ் சூழலுக்குப் புதியது. ஒரு வகையில் இது முன்னத்தி புத்தகம் என்றே கருதலாம். அத்தகைய முன்னத்திப் புத்தகத்தை வெளியிடுவதில் அறம் பதிப்பகம் பெருமை கொள்கின்றது.

இந்தப் புத்தகத்தை வாசகர்கள் வாங்கிப் பல அரிய கருத்துகளைத் தெரிந்து கொள்ளலாம். நண்பர்களுக்குப் பரிசளிக்கலாம், புத்தச் சமய ஆர்வலர்களுக்குப் பரிந்துரைக்கலாம்.

அ.கௌ. இன்பகுமாரி

ஆரணி, அக்டோபர் 2023

பொருளடக்கம்

ரங்கா (1982)

தமிழ்

ரங்கா 1982 ஆம் ஆண்டு தேவர் பிலிம்ஸ் தயாரிப்பில் வெளியான தமிழ் திரைப்படமாகும். இது சூப்பர் ஸ்டார் ரஜினி அவர்களின் 75 ஆவது திரைப்படமாகும். இந்தத் திரைப்படத்தில் அவருடன் ராதிகா, புன்னகையரசி கே.ஆர்.விஜயா, கரத்தே ஆர்.வி.டி. மணி, சில்க் சுமிதா, ரவீந்திரன், தேங்காய் சீனிவாசன் ஏ. ஆர். எஸ் இவர்களுடன் மாஸ்டர் சுரேஷ் மற்றும் பலரும் நடித்துள்ள திரைப்படமாகும். இந்தப் படத்திற்கு இசையமைத்தது, கவிஞர் வழங்கிய தேவரின் சங்கர் கணேஷ் ஆகும். தயாரித்தது சி.தண்டாயுதபாணி, இயக்கியது ஆர். தியாகராஜன். கதை தேவர் பிலிம்சின் கதை இலாகா, வசனம் எழுதியது. திரு. தூயவன்.

பொதுவில் ரங்கா திரைப்படம் குழந்தைகள், பெரியவர்கள், இளைஞர்கள், பெண்கள், என அனைத்துத் தரப்பு மக்களும் எப்போது பார்த்தாலும் விரும்பி மீண்டும் மீண்டும் பார்க்கும் வகையான திரைப்படமாகும். இதனை ஆங்கிலத்தில் சொல்வதென்றால் கல்ட் மூவி என்று சொல்லாம். ரங்கா திரைப்படத்திற்குத் தணிக்கை குழு, வயது வந்தோர்களுக்கான திரைப்படம் எனச் சான்றிதழ் அளித்திருந்தாலும், அந்தத் திரைப்படம் குழந்தைகளையும், பெண்களையும் மிகக் கவர்ந்து

அவர்களை மீண்டும் மீண்டும் பார்க்கச் செய்யதடுதே அதன் வெற்றிக்கான காரணம்.

கதைச் சுருக்கம்:

ரங்கநாதன் என்கின்ற ரங்கா என்னும் இளைஞன் (ரஜினி) வேலைதேடிச் சென்னைக்கு வருகின்றார், அவரும் சென்னையில் உள்ள சிறு சிறு திருட்டுகளைச் செய்து வரும் ராஜீவும் (கராத்தே மணி) ஒரு இரவு ராஜீவின் வீட்டில் தங்குகின்றார், அப்போது இரவில் திருடனாய் இருப்பதன் காரணத்தை ராஜீவும், நல்லவனாய் வாழ்வதில் கிடைக்கும் மன அமைதியை ரங்காவும் ஒருவருக்கொருவர் பகிர்ந்து கொள்கின்றனர், விடிந்ததும், ராஜீவின் பேச்சைக் கேட்டு ரங்கா திருடனாகவும், ரங்காவின் பேச்சைக் கேட்டு ராஜீ நல்லவராகவும் மாறி இருப்பார்கள். இதில் கூடுதலாக, ரங்கா தனது முதல் திருட்டை ராஜீவின் வீட்டிலேயே துவங்கியிருப்பார். அதற்குப் பின் அவர் பணத்துக்காக, அடிதடி, திருட்டு. ஆள்கடத்தல் என எதையும் செய்யும் நபராக மாறியிருப்பார்.

சில ஆண்டுகள் கழித்து, ரங்கா, ஒரு வீட்டில் உள்ள குழந்தையைக் கடத்தி வந்தால், தனது சிறு வயதில் தொலைந்து போன அக்கா (கே.ஆர்.விஜயா) எங்கிருக்கின்றார் எனச் சொல்வதாகக் கூறி ரங்காவை குழந்தைக் கடத்தலுக்குச் சம்மதிக்க வைக்கின்றார் ரவி (ரவீந்திரன்) முதன் முறை குழந்தை கடத்தலுக்கு முயற்சிக்கும் பொழுது, அந்த வீட்டில் அந்தக் குழந்தைக்கு (மாஸ்டர். சுரேஷ்) காவலாக இருப்பது ராஜீ என அறிகின்றார். எனவே ராஜீவிடம் நண்பராகப் பழகி, தனது அக்காவின் வீடு என அறியாமலேயே அக்காவின் வீட்டிலேயே ராஜீவின் மூலமாக வேலைக்குச் சேர்ந்து, தனது அக்காவின் குழந்தையைக் கடத்த முயற்சித்து அதில் வெற்றியும் பெறுகின்றார்.

இறுதியில் தான் கடத்தியது தனது சொந்த அக்காவின் குழந்தையைத்தான் என்றும், அந்தக் குழந்தையைக் கொன்று தனது அக்காவின் சொத்துக்களை அடைய ரவீ திட்டமிட்டிருப்தையும், தான் அதற்குப் பலியாக்கப்பட்டிருப்பதையும் உணர்ந்து தனது காதலி (ராதிகா) மற்றும் தேங்காய் சீனிவாசன் மற்றும் ராஜீ ஆகியவர்களின் உதவியோடு ரவியின் திட்டத்தை முறியடித்து,

தனது அக்காவுக்கும் உண்மையை உணர்த்தி அக்காவோடு இணைவதே ரங்கா திரைப்படத்தின் கதை சுருக்கமாகும்.

ரங்கா திரைப்படத்திலுள்ள புத்தச் சமயக் கருத்தியல்:

திரைப்படத்தின் துவக்கத்தில் வரும் ரங்கா, ராஜீவின் வீட்டில் தங்கும் அந்த ஒரே இரவும், அவர்களுக்குள் நிகழ்கின்ற உரையாடலும் மிக முக்கியமான திருப்புமுனைக் காட்சிகள். அந்தக் காட்சியில் வரும் வசனங்கள் புத்தச் சமயக் கருத்தியலின் அடிப்படையில் அமைக்கப்பட்ட மிக முக்கியமான வசனங்களாகும். இந்தப் படத்தின் ஒரு வரிச் செய்தியான "திருடாதே" முதல் கொண்டு " மது அருந்தாதே" என்பது வரை அனைத்தும் புத்தச் சமயக் கருத்தியலை அடிப்படையாகக் கொண்டே கட்டமைக்கப்பட்டடது ஆகும்.

மேலும் அந்தக் காட்சியில் இடம்பெறும் வசனங்கள் மது அருந்துவோரின் எண்ணிக்கை 92% விழுக்காட்டிற்கும் மேலாக உள்ள இன்றைய தமிழகச்சூழலுக்கும் மிகப் பொருந்தும் வகையில் இருப்பதும் அந்தப் படத்தின் கூடுதல் சிறப்பு. அதற்கு முன்னதாகப் புத்தர் போதித்த 5 ஒழுக்கக் கோட்பாடுகளைப் பற்றி தெரிந்து கொள்வது சிறப்பாக இருக்கும் என்பதால் கீழே 5 ஒழுக்கக் கோட்பாடுகளைப் பட்டியலிடுகின்றேன்.

ஒரு மனிதன் கீழ்க் கண்டச் செயல்களைத் தனது வாழ்கையில் தவிர்த்து வாழ்வதே 5 ஒழுக்கக் கோட்பாடுகள். இந்தச் செயல்களைத் தவிர்த்து வாழும் மனிதன் துன்பமில்லாமல் மன நிறைவுடன் வாழ்வான் என்பது பகவான் புத்தரின் போதனையாகும். அடைப்புக் குறிக்குள் இருப்பது பாலி மொழிச் சொல். இதைத்தான் புத்தச் சமயத்தினர் தங்கள் வழிபாட்டின் போது பயன்படுத்துவதால் புரிதலுக்காக இணைத்துள்ளேன்.

1. கொல்லாமை - (சிக்காபதம்)

2. திருடாமை - (அதின்னதானா)

3. பிறன் மனை விழையாமை – (காமேசு மிக்காரா)

4. பொய் சொல்லாமை – (மூசாவாதா)

5. மது அருந்தாமை - (மஜப்பமாடத்தானா)

பொதுவில் இந்த 5 ஒழுக்கக் கோட்பாட்டில், சமுகத்தில் மிக அரிதாக நடைபெறுகின்ற உயிர்க்கொலை என்னும் கருத்தை முதலில் வைத்து, மிக இயல்பாக, வெகு மக்களால் விரும்பிச் செய்யப்படுகின்ற “ மனதினை மயக்கும் மது குடி வெறியை” 5வதாக ஏன் புத்தர் சொன்னார் எனச் சிந்திக்க வேண்டும்.

ஏன் என்றால், மது அருந்தும் ஒருவன் நிச்சயம், மதுவினால் தனது செல்வத்தை இழந்திருப்பான், எனவே மீண்டும் குடிப்பதற்காக வீட்டிலோ, உறவினர்களிடத்தோ, சமூகத்திலோ நிச்சயம் பொய் சொல்லுவான் (மூசாவாதா) மேலும் மது அருந்திய ஒருவனுக்குத் தனது கண்ணில் படுகின்ற பெண்கள் அனைவருமே அழகானவர்களாகவும், தன்னை உடலுறவுக்கு அழைப்பதாகவுமே தோன்றுவதால் ஆண்களாக இருந்தால், பிறரின் மனைவியின் மீதும் மோகம் கொள்வதும், பெண்களாக இருந்தால் பிறரின் கணவன் மீது மோகம் கொள்வதும் சாதாரணமாக நடக்கும் ஒன்றாகவே உள்ளது.

உதாரணத்துக்குச் சொல்வதானால், இன்றைக்குச் சமுகத்தில் நடைபெறுகின்ற பாலியல் சீர்கேடுகள், ஒழுக்கப் பிறழ்வுகள், வன்புணர்வுகள், பாலியல் கொலைகள் இவை அனைத்தையும் செய்யும் நபர், அதைச் செய்யும் முன்போ, அந்தச் செயலைச்

செய்யும் போதோ நிச்சயம் மது அருந்தியவராகவே இருப்பார். இதனைப் பத்திரிகைச் செய்திகளும் உறுதிப்படுத்துகின்றன.

மது அருந்தியதால் செல்வத்தை இழந்த பின் நிச்சயமாகத் திருடுகின்றான், (அதின்னதானா) அதற்குப் பின் மது அருந்துவதற்காகவும், அதற்குத் தடையாக இருக்கும் நபர்களைக் கொலை செய்கின்றான் (சிக்காபதம்) இந்தப் புரிதலின் காரணமாகவே 5 ஒழுக்கக் கோட்பாட்டில், சமூகத்தில் அரிதாக நடைபெறுகின்ற கொலையை முதலிலும், திருட்டை இரண்டாம் இடத்திலும், காமத்தை 3 ஆம் இடத்திலும் பொய் பேசுவதை நான்காம் நிலையிலும், இவை எல்லாவற்றிக்கும் அடித்தளமாக உள்ள மது அருந்துதலை 5ஆம் நிலையிலும் வைத்து நமக்கு 5 ஒழுக்க நெறியைப் போதித்தார் பகவான் புத்தர்.

இந்த உண்மை ராஜீவுக்கு, ரங்காவின் வழியாக ஒரு குட்டிக் கதையாக வெளிப்படுத்தப்படுகின்றது திரைப்படத்தில், அதாவது ஒருவனிடம் வந்து ஒருவன் ஒரு நிபந்தனையை விதிக்கின்றான், கூடாரத்திலுள்ள பொருளைத் திருட வேண்டும், குழந்தையைக் கொல்ல வேண்டும், பொய் சொல்ல வேண்டும், அழகான பெண்ணைப் புணரவேண்டும், அல்லது இந்த மதுவை அருந்த வேண்டும், இதில் ஏதாவது ஒன்றைச் செய்தால் உன்னை விட்டுவிடுவேன், இல்லையென்றால் உன்னைக் கொன்றுவிடுவேன் என, தன் உயிரைக் காப்பாற்றிக் கொள்ள நினைக்கும் அந்த ஒருவன்,

இவ்வாறாக யோசிக்கின்றான், குழந்தையைக் கொல்வது பாவம், கூடாரத்திலுள்ள பொருளைத் திருடுவது கேவலம், பெண்ணைப் புணர்வது ஒழுக்கமில்லாத செயல், எதற்காகப் பொய் பேச வேண்டும், மது அருந்துவதால், யாருக்கும் எந்தப் பாதிப்பும் இல்லை, மொத்தப் பாதிப்பும் நமக்குத்தானே, சமூகத்துக்கும் நம்மைச் சார்ந்தவர்களுக்கும் எந்தப் பாதிப்பும் இல்லை என நினைத்து மது அருந்துகின்றான், மது அருந்தியபின், போதையில், அந்தப் பெண்ணைப் புணர்கின்றான் (வன்புணர்வு) அதற்குத் தடையாக உள்ள குழந்தையைக் கொல்லுகின்றான், பின் கூடாரத்திலுள்ள பொருளைத் திருடுகின்றான், இதை

எதையுமே தான் செய்யவில்லை என்று பொய் சத்தியமும் செய்கின்றான்.

தனக்கு மட்டுமே பாதிப்பு, மற்றவர்களுக்கு எந்தப் பாதிப்பும் இல்லை எனச் செய்யும் செயலான மது அருந்துதலால், தானும் பாதித்து, தன்னைச் சுற்றியுள்ளவர்களும் பாதித்துச் சமூகத்துக்கும் பாதிப்பு உண்டாகின்றது என்பதே ராஜீவுக்கு ரங்கா சொல்லும் கதையின் நீதி. அது புத்தச் சமயக் கோட்பாடான 5 ஒழுக்க நெறியினை உணர்த்துவதாகும்.

இந்த 5 ஒழுக்கக் கோட்பாட்டின் அடிப்படையில் அமைந்த கதைதான் ரங்கா திரைப்படத்தின் கதையாகும்....

குங்பூ பாண்டா (2008)

ஆங்கிலம்

குங்பூ பாண்டா அமெரிக்கக் கணினி - இயங்கு (Animation) வகைத் திரைப்படமாகும். இந்தத் திரைப்படத்தை உலகம் முழுவதுமுள்ள குழந்தைகள் முதல் பெரியவர்கள் வரை அனைவருமே விரும்பிப் பார்க்கின்றனர். இது டிரீம்வொர்க் இயங்கு (அனிமேஷன்) திரைப்படமாகத் தயாரிக்கப்பட்டுப் பாரமவுண்ட் பிக்சர்ஸ் ஆல் வெளியிடப்பட்டது. முதல் பாகம் ஜோன் ஸ்டேவின்சனால் இயக்கப்பட்டது.

இத்திரைப்படக் கதாபாத்திரங்களுக்கு ஆங்கிலத்தில் குரல் வழங்கியவர்களின் பட்டியல்:

- ஜேக் பிளாக், (போ - பாண்டா கரடி)
- டஸ்டின் கொப்மான், (மாஸ்டர். ஷீபூ - முயல்)
- ஏஞ்சலினா ஜோலி, (மாஸ்டர். டைகர்ஸ் - பெண் சிங்கம்)
- இயன் மக்கசென், (தை லாங்க் - பனிச்சிறுத்தை)
- சே ரோகன், (மாஸ்டர்.மன்டிஸ் - வெட்டுக்கிளி)
- லூசி லியு, (மாஸ்டர். வைப்பர். பச்சைப்பாம்பு)
- டேவிட் கோஸ், (மாஸ்டர். கிரேன். கொக்கு)
- ராண்டல் டுக் கிம், (கிராண்ட் மாஸ்டர் ஊக்வே - ஆமை)

● ஜேம்ஸ் காங், (திருவாளர். பிங்க். போ வின் வளர்ப்புத் தந்தை – வாத்து)

● ஜாக்கி சான் (மாஸ்டர். மங்கி – குரங்கு)

● மைக்கேல் கிளார்க் டங்கன் (கமாண்டர். வசீர் – பனிச்சிறுத்தையை அடைத்திருந்த சிறையின் காவல் அதிகாரி)

இந்தத் திரைப்படம் முதலில் அமெரிக்காவில் 6 ஜுன் 2008 அன்று வெளியிடப்பட்டது. அதற்குப் பின் இந்தத் திரைப்படத்திற்குக் கிடைத்த வரவேற்பைக் கண்டபின் குங்பூ பாண்டா திரைப்படத்தை அமெரிக்காவில் மேலும் 4,114 திரையரங்குகளில் திரையிடப்பட்டது. அதற்குப் பின் அதே மாதத்தில் உலகம் முழுவதும் பல்வேறு மொழிகளில் மொழிமாற்றம் செய்யப்பட்டு வெளியிடப்பட்டது. வெளியிடப்பட்ட அனைத்து உலக மொழிகளிலும் வசூலை வாரிக்குவித்தது இந்தத் திரைப்படம். சீனாவிலும் இந்தத் திரைப்படம் சீனர்களின் கலாச்சாரத்தை உயர்த்திப்பிடித்த காரணத்தால் வெகுவான வரவேற்பைப் பெற்று வரலாறு படைத்தது.

அமெரிக்காவில் திரையிட்ட முதல் வாரத்தில் 60.2. மில்லியன் அமெரிக்க டாலருக்கும் அதிகமான வசூலை வாரிக்குவித்தது. இரண்டாவது வாரத்தில் 4,114 திரையரங்குகளில் திரையிட்ட பிறகு 14,642 மில்லியன் அமெரிக்க டாலரைச் சராசரியாக வசூலித்தது. சீனாவிலும் இந்தத் திரைப்படம் வெளியிட்ட காலத்தில் இருந்து, 110 மில்லியனுக்கும் அதிகமான யென் வசூலித்தது. சீனாவில் இந்தத் திரைப்படம், 100 மில்லியன் யென்னுக்கும் அதிகமாக வசூலித்த முதல் அனிமேஷன் திரைப்படம் என்னும் வரலாற்று சாதனையை நிகழ்த்தியுள்ளது.

விருதுகள்:

குங்பூ பாண்டா திரைப்படம் 14 அன்னி (Academy Award for Best Animated Feature) விருதுகளுக்குப் பரிந்துரைக்கப்பட்டு 11 சர்வதேச விருதுகளைப் பெற்றுக் குவித்தது.

கதைச் சுருக்கம்:

பண்டைய சீனாவின் அமைதிப் பள்ளத்தாக்கில் தன் தந்தையுடன் நூடுல்ஸ் விற்பனை செய்துகொண்டிருக்கும் போவுக்கு, தலைச் சிறந்த குங்பூ வீரனாக வேண்டும் (டிராகன் வாரியர்) என்னும் கனவுடன் வாழ்ந்து கொண்டிருக்கின்றார். அமைதிப் பள்ளத்தாக்கில் நடைபெறும் டிராகன் வீரருக்கான தேர்வில் போவும் கலந்து கொள்கிறார்.

மூத்த தலைமை ஆசிரியரான ஊக்குவே போவை டிராகன் வாரியராகத் தேர்வு செய்யப்படுகின்றார். அதன் மூலம் அமைதி சமவெளி மற்றும் அதன் மடம், மக்களையும் காப்பாற்றும் பொறுப்பும் போ வை அடைகின்றது.

இருந்தும் போவுக்கு குங்பூ தெரியாத காரணத்தால், துடிப்பான 5 வீரர்களிடமும், (Furious Five) ஷீபூ மாஸ்டரிடமும், அவமரியாதைக்கு உள்ளாகின்றார், இருந்தும், தான் குங்பூ கற்றுக்கொண்டேயாகவேண்டும் என்பதில் உறுதியாக இருக்கின்றார். கொழுத்த பாண்டா வகை கரடியான போ எவ்வாறு குங்பூ கற்றுக்கொள்ள முடியும் என்ற அவநம்பிக்கையோடு மாஸ்டர் ஷீபூ குங்பூ கற்றுத்தருவதை ஊக்வே கண்டித்து, சிறந்த ஆசிரியரான உங்களால் ஒரு கொழுத்த பாண்டா கரடிக்குக் குங்பூ கற்றுத்தர முடியும் என்னும் நம்பிக்கையில்லாமல் பயிற்சியளித்தால், நீங்களும் கற்பிக்க முடியாது. போவும் கற்றுக்கொள்ள இயலாது, எனவே நம்பிக்கையுடன் போவுக்கு குங்பூ கற்றுத்தரச் சொல்கின்றார். அதற்குப் பின், ஷீபூ போவுக்கு ஏற்ற வகையில் குங்பூ கற்றுத்தருகின்றார், போவும் நல்ல முறையில் தேர்ச்சி பெறுகின்றார்,

கொடுமனம் கொண்ட தாய்லாங் அமைதி பள்ளத்தாக்கில் உள்ள மடத்தையும் டிராகன் சுருளை (Dragon Scroll) கைப்பற்றத் துடிக்கின்றார், தன்னை டிராகன் வாரியராகத் தெரிவு செய்யாததற்காக ஷிபூ மாஸ்டரிடம் கடுஞ்சினம் கொண்டு அவரைத் தாக்குகின்றார், அதற்குப் பின் போ, தாய்லாங்கிடமிருந்து அமைதி சமவெளியையும், மடத்தையும் டிராகன் சுருளையும் காப்பாற்றுவதே இந்தத் திரைப்படத்தின்

கதை, போவும் மடத்தில் உள்ள மற்ற குங்பூ வீரர்களும் துடிப்பான ஐவர் *(Furious Five)* இவர்களைச் சுற்றி நிகழ்வதே கதைக்களமாகும்.

குங்பூ பாண்டா திரைப்படத்தில் இடம்பெற்றுள்ள புத்தச் சமயக் கருத்துகள்:

குங்பூ பாண்டா முழுக்க முழுக்க நகைச்சுவையும் வீரமும் நிரம்பிய திரைப்படம் என்பது படம் பார்க்கும் அனைவருக்கும் நன்கு புரியும். இருந்தாலும் அந்தப் படம் முழுவதும் புத்தச் சமயக் கருத்துகளால் நிரம்பி வழிகின்ற திரைப்படமாகும்.

திரைப்படத்தின் வசனங்கள், காட்சிகள், குறியீடுகள் என அனைத்தும் புத்தச் சமயக் கருத்துகளால் நிரம்பிய படம் குங்பூ பாண்டா ஆகும். இந்தத் திரைப்படத்தைப் பார்க்கும் பெற்றோர்கள், குழந்தைகள், இளைஞர்கள் என அனைவருக்கும் அவரவர்களுக்கெனக் கற்றுக்கொள்ள ஒரு தகவலையும் செய்தியையும் வைத்திருப்பது இந்தத் திரைப்படத்தில் உள்ள புத்தச் சமயத் தத்துவ இயல் சிறப்பாகும்.

அடிப்படையில் சீனாவிலும், ஜப்பானிலும் மகாயான புத்தச் சமயப் பிரிவு ஆதிக்கம் செலுத்துவதால், இந்தத் திரைப்படம் மகாயான புத்தச் சமயப் பிரிவைச் சார்ந்த திரைப்படமாகவே தயாரிக்கப்பட்டுள்ளது. அதிலும் மகாயானப் பிரிவில் உள்ள

நிச்சிரென் புத்தச் சமய (Nichiren Buddhism) கருத்துகளை உள்ளடக்கியதாகும் இந்தத் திரைப்படம்.

நிச்சிரென் புத்தச் சமயம்:

நிச்சிரென் ஜப்பானிய நாட்டில் வாழ்ந்த மகாயானப் புத்தத் துறவியாவார். (1222 -1282) 13ஆம் நூற்றாண்டில் வாழ்ந்தவர். மைத்ரேய புத்தர் மீண்டும் பிறப்பெடுத்துத் தாமரை சூக்தத்துக்கு (Lotus Sutra) உரையெழுதுவார் என நம்பும் மகாயான புத்தச் சமயப் பிரிவைச் சேர்ந்தவராக நிச்சிரென் இருந்ததால், தாமரை சூக்தத்துக்கு அவரே உரையெழுதினார். அதனை ஜப்பானியப் பிக்குகளும் ஏற்றுக் கொண்டனர். தாமரை சூக்தத்தின் கருத்துகளையே நிச்சிரென் புத்தச் சமயமாகப் போதித்தார்.

நிச்சிரென் புத்தச் சமயம், ஜப்பான் நாட்டின் புத்தச் சமய இயக்கமாகும். அதே நேரத்தில் ஐரோப்பிய நாடுகளில் வேகமாக வளர்ந்துவரும் சமயமாகும். அமெரிக்காவில் 6 நபர்களில் ஒருவர் புத்தச் சமயத்தைச் சேர்ந்தவராக இருக்கின்றார், எனப் புள்ளிவிவரம் சொல்கின்றது. இந்த நிச்சிரென் புத்தச் சமயம் அமெரிக்காவிலும் வேகமாக வளர்ந்து வருவது குறிப்பிடத்தக்கது.

தனி நபரின் ஞானமடைதலும், மன அமைதி பெறுவதுமே உலக அமைதிக்கான வழியாக நிச்சிரென் புத்தச் சமயத்தினர் நம்புகின்றனர். மேலும் அவர்களின் நம்பிக்கை இந்த உலகத்திலுள்ள அனைவருக்குள்ளும் புத்தரின் ஞானக் கருத்துகள் உள்ளுணர்வாக உள்ளதால் இந்த உலகத்தில் பிறந்த அனைவரும் முழு ஞானம் அடைவது அனைவருக்கும் சாத்தியமே என்பதே நிச்சிரென் புத்தச் சமயத்தினரின் முழு நம்பிக்கையாகும். நிச்சிரென் புத்தச் சமயத்தினரின் கோட்பாடான உடனடி ஞானம் (Instant Enlightment) த்தின் அடிப்படையில் உருவாக்கப்பட்ட திரைப்படமே குங்பூ பாண்டா.

குங்பூ பாண்டா 1 திரைப்படத்தில் உள்ள நிச்சிரென் புத்தச் சமயக் கருத்துகள்:

இந்தத் திரைப்படத்தில், தேரவாதப் புத்தச் சமயத்தினரின் கருத்துகள், குறிப்பாகத் தம்மபதத்தின் கருத்துகள், ஷீபு போவுக்கு

பயிற்சி அளிக்கத் தயார்படுத்தும் போது இடம்பெறுகின்றன. அதைத்தவிர, நிச்சிரென் புத்தச் சமயத்தின் 3 கோட்பாடுகள் திரைப்படத்தின் கருத்தோட்டத்திலும், திருப்புமுனையிலும் முக்கியப் பங்களிப்பு செய்கின்றது.

1. ஷீபுவும் ஊக்வேயும் போவை டிராகன் வாரியராகத் தேர்ந்தெடுக்கப்பட்டதைக் குறித்து உரையாடும் போது, ஷீபூ போ டிராகன் வாரியராகத் தெரிவு செய்யப்பட்டது ஒரு விபத்து என்பார். அதனை மறுத்து உக்வே இந்த உலகத்தில் விபத்து என எதுவும் இல்லை. விபத்தென எதுவும் இல்லை என 3 முறை குறிப்பிடுவார். அதாவது, இந்த உலகம் பிரபஞ்ச ஒழுங்கு விதிகளின்படி இயங்குகின்றது. அதன்படியே நம்மைச் சுற்றி நிகழும் நிகழ்வுகள் நமக்கும் மற்றவர்களுக்கும் நடக்கின்றது. என்பதை நாம் அதை உணர்ந்து கொண்டோமென்றால், எதையும் ஏற்றுக்கொள்ளும் மன நிலைக்கு வந்துவிடுவோம். இதனை விளக்கவே விபத்து (தற்செயல் நிகழ்வு) என எதுவும் இல்லை எனக் குறிப்பிடுகின்றார்.

2. போவின் வளர்ப்புத் தந்தையான திருவாளர். பிங்க். தனது மிகச் சிறந்த சுவையான சூப்பின் ரகசியத்தைப் போவிடம் சொல்லுவார். ரகசியம் என எதுவும் கிடையாது. அதாவது இந்த உலகத்தில் சிறந்ததென எதுவும் இல்லை, நமக்குக் கிடைக்கின்ற எல்லாமே சிறப்பானது என நம்பவேண்டும் என்பார்.

3. இதனைப் போ ஷீபு மாஸ்டர் தனக்கு அளித்த டிராகன் ஸ்குரோலுடன் தொடர்பு படுத்திப் பார்ப்பார். மிகச் சிறந்த ரகசியம் என்று தன்னிடம் அளித்த டிராகன் ஸ்குரோல் காலியாக இருந்ததையும், அதில் தன் முகம் தெரிந்ததையும் வைத்து, தான் சிறந்தவன் என நம்ப வேண்டும், என்றும், அதை உணர்த்துவதே டிராகன் ஸ்குரோல் ரகசியம் என்பதை உணர்ந்து, தன்னால் டிராகன் வாரியராக முடியுமா என்னும் ஐயத்தைக் கலைந்து, தான் டிராகன் வாரியர் என்பதை உணர்ந்து நம்பிக்கையுடன் பனிச்சிறுத்தையான தாய்லாங்குடன் சண்டையிட்டு ஸ்கட்டுஸ் முறையைப் பயன்படுத்தி மீண்டும் அவரைச் சிறைக்கு அனுப்புவது.

இவையாவுமே, உடனடி ஞானம் என்னும் நிச்சிரென் புத்தச் சமயக் கருத்துகள் ஆகும். இந்தக் கருத்துகளின் அடிப்படையில் தயாரிக்கப்பட்டதே குங்பூ பாண்டா திரைப்படம்.

ஆங் பேக் (Ong-Bak)

ஆங்கிலம்

ஆங் என்னும் தாய்லாந்து நாட்டின் சொல்லுக்கு உடல் உறுப்புகளில் தலை என்று பொருளாகும். பேக் என்னும் தாய்லாந்து சொல்லுக்குப் பாதுகாத்தல் என்னும் பொருளாகும். ஆங் பேக் திரைப்படத்தின் முழுக்கதையும் அதன் தலைப்பிலேயே அடங்கும் வகையில் அமைந்துள்ளது.

இந்தத் திரைப்படத்தில் நடித்தவர்கள்.

- டோனிஜா – டின்
- பேட்சை ஓம்கம்லோம் – ஜார்ஜ் என்கின்ற அம்ளே
- பும்முவாய் யோத்கமல் – மோதாய் மற்றும் பலர், நடித்துள்ளனர்.

தாய்லாந்து நாட்டில் இந்தத் திரைப்படம், 21ம் தேதி சனவரி மாதம் 2003 ஆம் ஆண்டு வெளியிடப்பட்டது. அதன் பின்னர், பல்வேறு மொழிகளிலும், பல்வேறு பெயர்களிலும் இந்தத் திரைப்படம் வெளியிடப்பட்டது. இந்தத் திரைப்படம் டோனிஜாவுக்கு மிகப்பெரும் திருப்புமுனையும் உலகெங்கும், வெற்றிகரமாக ஓடிய முதல் திரைப்படமாகும்.

ஆங் பேக் திரைப்படத்தின் கதைச் சுருக்கம்:

வடகிழக்கு தாய்லாந்தில் உள்ள பான் நாங் பிரது (Pan Nong Pradu) என்னும் கிராமத்தில் உள்ள மிகப் பழமையான புத்தர் விகாரில் உள்ள புத்த வெண்கலச் சிலையின் பெயர் ஆங் பேக். புத்தர்

சிலையின் தலையைத் திருடும் ஒரு கும்பல், ஆங்பேக் புத்தர் சிலையின் தலையைத் திருடு சென்றுவிடுகின்றது. (அந்தப் புத்தர் சிலையின் முகத்தில் இருக்கும் தழும்பு, ஏற்கனவே நடந்த ஏதோ ஒரு கலவரத்தினால் வெட்டுக்காயம்பட்டு மீட்கப்பட்ட விவரத்தை நமக்குக் காட்சியாகவும். பின்னர், பல புத்தர் சிலைகளின் தலைகளில் இருந்து எளிதில் அடையாளம் காண்பதற்காகவும் வைக்கப்பட்டிருக்கின்றது)

திருடப்பட்ட புத்தரின் தலையை, அந்தக் கிராமத்தில் உள்ள மக்கள் அனைவரும் மீட்க வேண்டும் எனப் பேசிக்கொண்டிருக்கும் போது, அந்தக் கிராமத்திலுள்ள டின் என்னும் இளைஞன் அந்தக் கிராமத்திலுள்ள புத்தப் பிக்குவிடமிருந்து முவாய் (Muay) தாய்லாந்து நாட்டின் கிராமப்புறத் தற்காப்புக் கலையைக் கற்றுத்தேர்ந்தவன். அவனே தன்னார்வத்துடன் அந்தச் சிலையை மீட்கத் தாய்லாந்து நாட்டின் தலைநகரான பாங்காங் கிளம்பிவருகின்றான். அவனுடைய பயணத்துக்கு அந்தக் கிராமத்து மக்கள் தங்கள் கைவசமுள்ள நகை, பணம், பொருட்களைக் கொடுத்து அனுப்புகின்றனர்.

அதே கிராமத்தைச் சேர்ந்த ஜார்ஜ் என்றழைக்கப்படும் அம்ளே என்னும் இளைஞன் பாங்காங்கில் உள்ளதால் அவனை அவனுடைய தந்தையின் கடிதத்துடன் சென்று சந்திக்கின்றான். அம்ளே ஆரம்பத்தில் டின்னை வைத்துப் பந்தயச் சண்டையில் போட்டியிட்டுப் பணம் சம்பாதிப்பதில் குறிக்கோளாக இருக்கின்றான், பின்னர் மனம் திருந்தி, ஆங்பேக் சிலையின் தலையை மீட்க உதவி செய்கின்றான். உடன் அவனுடைய காதலியும் உதவி செய்கின்றாள்.

பின்னர்ப் புத்தர் சிலையின் தலையைத் திருடும் கும்பல் தலைவன் கொம்துவன் ஆங்பேக் சிலையின் தலையுடன் தாய்லாந்து பர்மா எல்லையில் உள்ள குகையில் இருப்பதை அறிந்து அங்குச் செல்கின்றனர். அந்தக் குகையில் உள்ள பிரமாண்டமான புத்தரின் கற்சிலையின் தலையைத் துண்டிக்கும் வேலை நடைபெற்றுக்கொண்டிருப்பதால், அந்தக் குகைக்குச் சென்று டின்னும், ஜார்ஜீம் சண்டையிடுகின்றனர். சண்டையின் போது, குகையில் உள்ள பிரமாண்டக் கற்சிலையின் தலை உருண்டு விழுகின்றது, ஜார்ஜ் ஆங் பேக் சிலையைக் காப்பாற்றி

டின் வசம் தந்துவிட்டு, தனது அன்பைத் தன் ஊர்க்காரர்களுக்கும் அப்பாவிடமும் தெரிவிக்கச் சொல்லி உயிரிழக்கின்றான்.

இறுதியாக, ஆங்பேக் புத்தர் சிலையின் தலைப் பான் நாங் பிரது கிராமத்திற்குக் கொண்டுவரப்பட்டுப் புத்தர் சிலையுடன் தலைப் பொருத்தப்பட்டு வழிபாடு நிகழ்த்தப்படுகின்றது. ஜார்ஜின் அஸ்தி புத்தப் பிக்குவின் கரங்களால் யானையின் மீது கொண்டுவரப்பட்டு மரியாதை செலுத்தப்படுகின்றது. ஜார்ஜின் காதலியும் அந்தக் கிராமத்திலேயே தங்கிவிடுகின்றாள்.

ஆங் பேக் திரைப்படத்தின் சிறப்புகள்:

திரைப்படத்தின் துவக்கத்தில் காண்பிக்கப்படும் மரத்தின் மீது கொடியேற்றி அதனைக் கைப்பற்றுவதற்காக நடக்கும் சண்டை விளையாட்டு ஒவ்வொரு நாட்டிலுள்ள கிராமத்திலும் நடக்கின்ற விளையாட்டாகும். இதனைக் காட்சிப்படுத்தியிருப்பது இந்தப் படத்தின் சிறப்பாகும். இந்தப் படத்திலுள்ள சண்டைக் காட்சிகள் முழுவதும் முவாய் சண்டைக் கலையைப் பயன்படுத்தி எடுக்கப்பட்டதாகும். தாய்லாந்து நாட்டின் பாரம்பரியச் சண்டைக் கலையை முதன்முதலாகத் திரையில் பயன்படுத்தி உலகமெங்கும் அதற்கென ரசிகர்களை ஏற்படுத்தியதும் மற்றொரு சிறப்பாகும்.

தாய்லாந்து நாட்டின் புத்தச் சமய வரலாறு:

தாய்லாந்து நாடு புத்தச் சமயத்தில் தேரவாதத்தைப் பின்பற்றும் நாடாகும். தாய்லாந்து நாட்டின் புத்தசமய வரலாற்று நூலின் படி புத்தரே, தாய்லாந்து நாட்டிற்குச் சென்று, புத்தச் சமயத்தைப் பரப்பியதாகத் தகவல் அளிக்கின்றது. ஸ்ரீலங்கா நாட்டின் மகாவம்சம் நூலின்படி, பேரரசர் அசோகர், தாய்லாந்து நாட்டிற்குப் புத்தச் சமயத்தைப் பரப்புவதற்காகச் சேனா தேரோ மற்றும் உத்தரத் தேரோ ஆகிய இரண்டு புத்தப் பிக்குகளிடம் புத்தரின் அஸ்த்தி மற்றும் புனிதமான சில பொருட்களையும் தந்து அனுப்பியதாகச் சொல்கின்றது. அவ்வாறு புத்தர் தந்த புனிதப் பொருட்கள் இன்றும் தாய்லாந்து நாட்டின் நக்கோன் பத்தோம் (Nakon Pathon) ஆலயத்தில் வைக்கப்பட்டுள்ளது மற்றும், அசோகரின் தூதர்கள் வந்த இடத்தில் அசோகரின் நினைவுத் தூண் வைக்கப்பட்டுள்ளது.

தற்போதைய நிலையில் தாய்லாந்து நாட்டில் உள்ள மக்கள் தொகையில் 94 சதவிகிதத்தினர் புத்தச் சமயத்தைப் பின்பற்றுவதாகவும், 4.6 சதவிகிதத்தினர் முஸ்லீம் சமயத்தையும் பின்பற்றுகின்றனர். இதர பிரிவுகளாக, சீக்கியர்கள், கிருத்துவர்கள், மற்றும் இந்துக்கள் வாழ்கின்றனர்.

தாய்லாந்து நாட்டில் உள்ள, புத்தச் சமயக் கோயில்களில், 310 கோயில்களைத் தாய்லாந்து நாட்டின் அரசர் பரம்பரையினர் வழிபடுவதற்காகவும், 39,883 கோயில்கள் தனியார் வசமிருப்பதாகவும் 2016 ஆம் ஆண்டின் புள்ளிவிவரம் சொல்கின்றது. 2,98,580 புத்தப் பிக்குகள் உள்ளனர். தாய்லாந்து நாட்டில் உள்ள அனைவருமே எப்போது வேண்டுமானாலும் குறுகிய காலப் பிக்குவாக மாறுவதற்கு வழியுள்ளது. இதனை ஆங் பேங் திரைப்படத்தில் ஜார்ஜின் கதாபாத்திரம் வழியாகச் சுட்டிக்காட்டப்படுகின்றது. இந்தத் திரைப்படத்தின் கதாநாயகன் டோனி ஜாவும் 28 மே மாதம் 2010 ஆம் வருடம் தாய்லாந்து நாட்டில் உள்ள சுரின் புத்தத் தேவாலயத்தில் புத்தப் பிக்குவாகத் தீட்சை அளிக்கப்பட்டு முறைப்படியான புத்தப் பிக்குவாக மாறினார்.

ஆங்பேக் திரைப்படத்தில் இடம்பெற்றுள்ள புத்தச் சமயக் கருத்தியல்கள்:

ஆங் பேக் திரைப்படத்தில் புத்தச் சமயக் கருத்தியல்கள் எதுவும் இடம்பெறவில்லை, மாறாக, இந்தியாவில் புத்தச் சமயத்தை அழித்த வரலாற்றை நவீன பாணியில் சித்தரிக்கப்பட்டிருக்கும். உதாரணத்துக்குச் சொல்வதென்றால், மகாபாரதத்தில் உள்ள கர்ணன், மற்றும் துரியோதனன் நட்பை நடப்புக் காலத்துக்கு மாற்றித் தளபதி படமாகத் தந்ததைப் போல், இந்தியப் புத்தச் சமயத்தின் வீழ்ச்சியை நடப்புக் காலத்துக்கு ஏற்ற வகையில் சொல்லியிருப்பார்கள்.

இந்தியாவில் புத்தச் சமயம் வீழ்ந்த வரலாறு:

கி.மு. 185 ஆண்டில் மௌரிய சாம்ராஜ்ஜியத்தின் கடைசி பேரரசரான, பிரகதர்த்தா விடம் தளபதியாக இருந்த பிராமணரான புஷ்யமித்ர சுங்கன், ஒரு இராணுவ அணிவகுப்பின்போது,

பிரகதர்த்தா மௌரிய அரசரைக் கொன்று, இந்திய வரலாற்றில் சுங்க வம்சத்தின் ஆட்சியைத் துவக்கினார். புஷ்யமித்ர சுங்கன் சுங்க வம்சத்தின் முதல் பேரரசராக முடிசூடிக் கொண்டார்.

தனது பெயர் வரலாற்றில் இடம்பெற என்ன செய்ய வேண்டும் எனப் புஷ்யமித்ர சுங்கன் தனது பிராமணக் குருக்களிடம் கேட்டபோது, அசோகர் புத்தச் சமயத்தை உருவாக்கினார். அவர் உருவாக்கிய புத்தச் சமயத்தையும், நிறுவிய 84,000 ஸ்தூபிகளையும் அழித்தால் வரலாற்றில் நீங்கள் நீங்கா இடம் பெறுவீர்கள் எனச் சொன்ன அறிவுரையை ஏற்று, அசோகர் உருவாக்கிய புத்தச் சமய நினைவுத் தூண்களை அழிக்கின்றார்.

எல்லாவற்றிற்கும் மேலாக, புத்தப் பிக்குகளின் தலையைக் கொண்டுவருவோருக்கு 100 தினார்கள் (தங்க நாணயங்கள்) பரிசளிக்கப்படும் என அரசாங்கத்தால் அறிவிப்பும் செய்கின்றார். இதன் காரணமாக மக்களும், பணத்துக்கு ஆசைப்பட்டும், அரசியல் லாபமடையும் பொருட்டும், பாதுகாப்புக்காகவும், புத்தப் பிக்குகளின் தலையைக் கொன்று தங்க நாணயங்களை அரசிடம் இருந்து பெறுகின்றனர். மேலும் அதன் தொடர்ச்சியாகவே இன்றும் நாம் நமது வீடுகளில் கல்யாணப் பூசணியைப் பலிகொடுக்கும் நிகழ்வைச் சுபச் சடங்கு மற்றும் அசுபச் சடங்கின் போது நிகழ்த்துகின்றோம்.

இந்த வரலாற்ற நிகழ்வையே டோனிஜா ஆங்பேக் திரைப்படத்தில் கதைக்களனாக்கியிருப்பார். புஷ்யமித்ரன் பேச்சுத்திறன் இல்லாத அரசன் என்பதை உருவகப்படுத்தவே, வில்லனுக்குக் குரல் இல்லாமல் செயற்கைக் கருவிகளின் வழியாகப் பேசுவதாக நவீன குறியீட்டை வைத்திருப்பார். மேலும் இறுதிக் காட்சியில் இடம்பெறும் பிரமாண்டப் புத்தர் சிலையின் தலைத் தகர்ப்பு மற்றும், புத்தரின் சிலைகளின் தலையை விற்பனை செய்வது எனப் புஷ்யமித்திரன் வரலாற்றில் செய்த அனைத்தையும் வில்லன் செய்வதாகவே உருவகப்படுத்தியிருப்பார். இந்தியப் புத்தச் சமய வீழ்ச்சியைத் துணிச்சலாகப் படம் பிடித்த திரைப்படம் ஆங் பேக் ஆகும்.

குங் ஃபூ ஹஸ்டில் (2004)

ஆங்கிலம்

குங் ஃபூ ஹஸ்டில் அதிரடி நகைச்சுவைப் படமாகும். இந்தத் திரைப்படத்தை எழுதி, தயாரித்து, இயக்கி, நடித்தவர் ஸ்டீபன் சோவ் ஆவார். இது இவருக்கு இயக்கத்தில் 7 வது படமாகும். நடிப்பில் (தொலைக்காட்சி தொடர்கள் உட்பட) 61 வது படமாகும். இந்தத் திரைப்படத்தை உலகம் முழுவதும் வெளியிட்டது கொலம்பியா திரைப்படத் தயாரிப்பு நிறுவனம் ஆகும். தயாரித்தது, கொலம்பியா திரைப்படத் தயாரிப்பு நிறுவனம் ஆசியா. ஸ்டார் ஓவர்சீஸ், பெய்ஜிங் பிலிம் ஸ்டுடியோ, தாய் பிலிம் இன்வெஸ்ட்மென்ட், சீனா திரைப்படக் குழுமம், ஹீய் சகோதரர்கள், ஆகியோர்கள் இணைந்து தயாரித்துள்ளனர்.

இந்தத் திரைப்படத்தில் நடித்தவர்கள்:

ஸ்டீபன் சோவ் – சிங் கதாபாத்திரம், கோடாரிக் குழுவில் சேர்ந்து கெட்டவனாகத் துடிக்கும் நபர்.

யூயோன் வாவ் – தாய் சி சுவான் மாஸ்டர். பன்றி நகரக் குடியிருப்பின் உரிமையாளர். தாய் சி சென் மாஸ்டர்

சூ சியோன் – பன்றி நகரக் குடியிருப்பின் உரிமையாளர் மனைவி. சிங்கக் கர்ஜனை குங்பூ மாஸ்டர்.

சான் குவாக் குவென் – சாம் அண்ணன், கோடாரிக் கூட்டத் தலைவன்.

யங் சியாவ் லுங் – உலகின் அதிகக் கொலைகளைச் செய்த கொலைகாரன்

டங்சிவ் வாவ் – டோனட் – பேக்கரியாளர், ஓய்வு பெற்ற என் கோன குங்பூ மாஸ்டர்

சூ சி லிங் – டைலர். இரும்புக் கயிறு குங்பூ மாஸ்டர்.

சிங் யூ – கூலி – டாம் பள்ளியின் 12 குத்து குங்பூ மாஸ்டர்.

லிம் சி சௌங் – போன் - சிங்கின் உதவியாளர் மற்றும் பலரும் நடித்துள்ள வெற்றிப்படம் இது.

குங் ஃபூ ஹஸ்டில் திரைப்படத்தின் கதைச்சுருக்கம்:

இந்தத் திரைப்படத்தின் கதை 1940ஆம் ஆண்டில் ஷங்காய் நகரத்தில் நடப்பதைப் போலச் சித்தரிக்கப்பட்டுள்ளது. 1940ஆம் ஆண்டு ஷங்காய் நகரத்தில் சட்டம் ஒழுங்கு மிகவும் சீர்கெட்டுப் போயிருக்கும் சூழலில், ஷங்காய் நகரத்தில் இரண்டு பெரிய ரவுடிக் கும்பல் ஆதிக்கம் செலுத்துகின்றது. முதலைக் கூட்டம் மற்றும் கோடாரிக் கூட்டம். இதில் கோடாரிக் கூட்டத்தின் தலைவன் சாம் அண்ணன், முதலைக் கூட்டத்தின் தலைவன் மற்றும் அவரது அழகான மனைவியையும் கொன்று ஷங்காய் நகரம் முழுவதையும் கோடாரிக் கூட்டத்தின் கட்டுப்பாட்டுக்குள் கொண்டுவருகின்றான்.

இந்நிலையில் சாம் மற்றும் அவரது உதவியாளர், ஷங்காய் நகரத்தில் உள்ள ஏழைகளின் குடியிருப்புப் பகுதியான பன்றி நகரக் குடியிருப்புப் பகுதிக்கு வருகின்றனர், தாங்கள் கோடாரிக் கும்பலில் இருந்து வருவதாகக் கூறி மாமூல் வசூலிக்க முயற்சிக்கும் போது, பன்றி நகரக் குடியிருப்பு பகுதியில் வசித்து வரும் கூலி மாஸ்டர் மற்றும் டைலர் மாஸ்டர், பேக்கரி மாஸ்டர் ஆகியோரால் விரட்டியடிக்கப்படுகின்றனர். அந்தநேரத்தில் தற்செயலாக அங்கு வரும் கோடாரிக் கும்பலிடம் தாங்களும் கோடாரிக் கும்பல்தான், தங்களை இங்குள்ளவர்கள் அடித்துவிட்டதாகக் கூறுகின்றனர்.

நகரத்தில் உள்ள மொத்தக் கோடாரிக் கும்பலும் பன்றி நகரக் குடியிருப்புப் பகுதிக்கு வருகின்றது. அவர்கள் அனைவரையும் அங்குள்ள குங்பூ மாஸ்டர்கள் அனைவரும்

இணைந்து அவர்களை விரட்டியடிக்கின்றனர். இது கோடாரி கூட்டத்தலைவனுக்கு கௌரவப் பிரச்சனையாகின்றது, பன்றிநகரக் குடியிருப்புப் பகுதியில் உள்ள குங்பூ மாஸ்டர்களைக் கொலை செய்ய வாடகைக் கொலைகாரர்களை இசை வாத்தியக் கருவி இசைப்பாளர்களாகப் பன்றி நகரக் குடியிருப்புக்கு அனுப்புகின்றான். அவர்கள் கூலி மாஸ்டரை மட்டும் கொலை செய்கின்றனர், மற்றவர்களை அவர்களால் கொலை செய்ய முடியாமல் வாடகைக் கொலைகாரர்கள், பன்றி நகரக் குங்பூ மாஸ்டர்களால் கொல்லப்படுகின்றனர்.

கொதித்துப் போன சாம் அண்ணன், உலகின் அதிகக் கொலை செய்த கொலைகாரன் அடைபட்டிருக்கும், சிறையைச் சிங்கின் அபரிதமான திறனான பூட்டைத் திறக்கும் திறனைக் கொண்டு பீஸ்ட் அடைபட்டிருக்கும் மிகு திறன் கொண்டோருக்கான சிறைச்சாலையில் இருந்து தப்பிவிக்கப்படுகின்றான். பின்னர்ப் பீஸ்ட்டுக்கும் பன்றி நகரக் குடியிருப்பு உரிமையாளரையும் அவர் மனைவியையும் கொலை செய்யும் நோக்கத்தோடு அவர்களுக்குள் சண்டை நிகழ்கின்றது, அந்தச் சண்டையில் சிங்கக் கர்ஜனையைப் புத்தரின் பெரிய மணியை ஒலிபெருக்கியாகப் பயன்படுத்திப் பீஸ்டைத் தோற்கடிக்கின்றனர். அதன் பின் அவர்களை ஏமாற்றிப் பீஸ்ட் கடுமையாகத் தாக்கும் போது சிங் பீஸ்டை கட்டையால் தாக்க, பீஸ்டின் ஒட்டு மொத்தக் கோபமும் சிங்கின் மீது திரும்பி, சிங்கை படு மோசமாகத் தாக்கப் பின் பன்றி நகர உரிமையாளர்களான கணவன் மனைவி இருவருமே சிங்கை காப்பாற்றுகின்றனர். அவர்களே மருத்துவமும் செய்கின்றனர். தாய்சியின் மருத்துவத்தால் சிங் விரைவாகக் குணமடைந்து அவருக்குள் இருக்கும் தீய எண்ணங்கள் மறைந்து நல்வழிக்குத் திரும்புகின்றார்.

இறுதியாகப் பீஸ்டுக்கும் சிங்குக்கும் பன்றி நகரக் குடியிருப்பில் சண்டை நிகழ்கின்றது, பீஸ்ட் சிங்கை தாக்கி மேலே தூக்கி வீசியெறியச் சிங் மேகக் கூட்டத்தையும் தாண்டிப் புத்தரை மேக வடிவில் சந்தித்து அவரிடம் ஆசி பெற்றுப் புத்தரின் உள்ளங்கை குங்பூ கலையைக் கற்றுத் திரும்புகின்றான். அதனைக் கொண்டு பீஸ்டை தோற்கடிக்கின்றான். தோற்றுப் போன பீஸ்ட் இதை எப்படிக் கற்றுக்கொண்டாய் எனக் கேட்கச் சிங் உடனே,

சொல்லித்தரட்டுமா எனக் கேட்கப் பீஸ்ட் சிங்கை மாஸ்டராக ஏற்றுக் கொள்கின்றான்.

குங் ஃபூ ஹஸ்டில் படத்தின் வேறு சில சிறப்புகள்

இந்தத் திரைப்படம் *1973* ஆம் ஆண்டு வெளியான *The House of 72 Tenants* திரைப்படத்தின் தழுவலாகும். மேலும் இந்தத் திரைப்படத்தில் நடித்துள்ள குங்பூ மாஸ்டர்கள் அனைவரும் *1970*களில் குங்பூ படங்களில் கதாநாயகனாக நடித்தவர்களாவார்கள். இந்தத் திரைப்படத்திற்கு முதலில் சண்டைக் காட்சிகளை அமைத்தவர், ஆரம்பகாலங்களில் ஜாக்கிச்சான்வுடன் நடித்த சமோ ஹங் ஆவார். இடையில் சமோ ஹங் உடல் நலிவுற்றதும், இந்தப் படத்தின் சண்டைக்காட்சிகளை அமைக்க *Yuen Woo – Ping* ஐ நியமிக்கின்றார் ஸ்டீபன் சோவ், இவர் ஏற்கனவே வெற்றித் திரைப்படங்களான, *Crouching Tiger, Hidden Dragon,* மற்றும் *The Matrix* ஆகிய படங்களுக்குச் சண்டைக்காட்சிகளை அமைத்தவராவார்.

அதனால்தான், இந்தத் திரைப்படத்தின் இறுதிக் காட்சியின் சண்டைக்காட்சிகள், *The Matrix* திரைப்படத்தில் உள்ளதைப் போன்றே வடிவமைக்கப்பட்டிருப்பதாக விமர்சகர்கள் கருத்து தெரிவித்திருந்தனர். இந்தத் திரைப்படத்தில் இசை பழமையான சீன இசைக்கருவிகளைக் கொண்டு அமெரிக்கப்

பாணியில் அமைக்கப்பட்டதாகும். இதனால் இதன் இசை சீனா, தாய்லாந்து, மலேசியா போன்ற நாடுகளில் மிகப்பெரும் வரவேற்பைப் பெற்றது. அதே நேரத்தில், அமெரிக்க மற்றும் இங்கிலாந்து நாடுகளிலும் வரவேற்பைப் பெற்றது. மேலும் திரையிட்ட எல்லா நாடுகளிலும், வசூலை வாரிக்குவித்தது. பல விருதுகளையும் வாரி குவித்தது. அதையெல்லாம் விவரித்து எழுதினால் இந்தக் கட்டுரையின் போக்கு மாறும் என்பதால் இத்துடன் நிறுத்திக் கொள்கின்றேன்.

குங் ஃபூ ஹஸ்டில் திரைப்படத்தில் இடம்பெற்றுள்ள புத்தச் சமயக் கருத்துகள்:

இந்தத் திரைப்படத்தில் இடம் பெற்றுள்ள புத்தச் சமயக் கருத்துகளை அறிந்து கொள்ளும் முன், சீனாவுக்குப் புத்தமதம் சென்ற வரலாற்றைத் தெரிந்து கொள்வது அவசியம், கி.பி. முதல் நூற்றாண்டில், இந்தியாவுக்கும் மத்திய ஆசியாவுக்குமான பயணவழி பட்டு வணிகச் சாலை என்றே அழைக்கப்பட்டது. அதன் வழியாகத்தான் மேற்கு உலக நாடுகளான ரோம் நகருக்கு வணிகப் பயணம் மேற்கொள்ளப்பட்டது. முதன் முதலாகப் புத்தச் சமயத்தை ஆதரித்து அதன் புரவலர்களாக இருந்தவர்கள் வணிகர்களே. மாமன்னர் அசோகருக்கு முதன் முதலாக ஆதரவு அளித்ததும் வணிகர்களே. தமிழ் வணிகர்களாக இருந்த

செட்டியார்கள் வளர்த்தது புத்தச் சமயம் என்கின்றார் அறிஞர் குணா, தனது வள்ளுவத்தின் வீழ்ச்சி, மற்றும் எண்ணியம் நூலில். தமிழ் வணிகர்கள் எங்கெல்லாம் தமது வணிகத்தைப் பரப்பினார்களோ, அங்கெல்லாம் புத்தச் சமயத்தையும் பரப்பினர். என்பது தமிழகத்தின் மறைக்கப்பட்ட வரலாற்றில் ஒன்றாகும்.

வணிகர்கள் தங்களின் கடல் வழி பயணம், மற்றும் தரைவழிப் பயணம் ஆகிய பயணங்களின் போது தங்களின் பாதுகாப்புக்காகத் தற்காப்புக் கலை தெரிந்த பிக்குகளையும் உடன் அழைத்துச் சென்றனர். நகரத்தை அடைந்ததும், வணிகர்கள் வியாபாரத்தைக் கவனித்தனர், பிக்குகள் புத்தச் சமயத்தைப் பரப்பினர். அதன் பின்பு வணிகர்கள் நாடு திரும்பும் போது, பிக்குகளும் திரும்பினர், இவ்வாறு கி.பி. முதலாம் நூற்றாண்டிலிருந்தே, சீனாவுக்கும், இந்தியாவுக்கும் குறிப்பாகத் தமிழகத்துக்குமான வணிகத்தொடர்பும், சமயத் தொடர்பும் இணைந்தே பயணித்தது என்பதே வரலாறு. இருப்பினும் சீனாவின் புத்தச் சமய வரலாறு பகவான் புத்தரே சீனாவுக்குப் பயணித்து அப்போது ஆட்சியிலிருந்து ஹன் வம்சத்துப் பேரரசரைச் சந்தித்து அவரைப் புத்தச் சமயத்துக்கு மாற்றியதாகச் சொல்கின்றது.

போதி தர்மர்

புத்தர் பரிநிபானம் (உடலைத் துறத்தல்)அடைந்து 283 ஆண்டுகளுக்குப் பிறகு அரியணையேறிய மாமன்னர் அசோகர். புத்தச் சமயத்தைப் பரப்பப் பல நாடுகளுக்கும் புத்தப் பிக்குகளை அனுப்பியதைப் போலவே சீனாவுக்கும் புத்தச் சமயத்தைப் பரப்பத் தனது மகள் சங்கமித்ராவை அனுப்பியதாக அசோகரின் பெஷாவர் கல்வெட்டும், அசோக வந்தனா நூலும் குறிப்பிடுகின்றது. அதைப் போலவே, புத்தர் பரிநிபானம் அடைந்து 600 ஆண்டுகளுக்குப் பிறகு தோன்றியவர், பல்லவ வம்சத்தைச் சேர்ந்த அரசர். போதி தர்மர். இவருடைய சமயக் குருவாக இருந்தவர். புத்தச் சமயப் பிக்குணி. பிரக்யதாரா அவருக்கு வந்த சீனத் தேசத்து அழைப்பை ஏற்க முடியாமல் அவர் பரிநிப்பானம் அடைந்த போது அவருடைய அணுக்கச் சீடரான, போதிதர்மாவிடம் சீனத் தேசத்துக்குப் புத்தச்

சமயத்தைப் பரப்பச் செல்லுமாறு ஆணையிட, அதனையேற்ற புத்தப் பிக்குவான போதி தர்மா கி.பி.520 ஆம் ஆண்டு சீனா சென்றார். சீனப் புத்தச் சமய மகாயான மரபில் போதிதர்மர் 28ஆவது தலைமை பிக்குவாகப் பட்டியலிடப்படுகின்றார். அந்தப் பட்டியல் கீழே தரப்பட்டுள்ளது.

வ.எண்	தமிழ் பெயர்	ஆங்கிலப் பெயர்
1	மகா கஸ்யபா	Mahākāśyapa
2	ஆனந்தா	Ānanda
3	சனவசா	Śānavāsa
4	உபகுப்தா	Upagupta
5	தர்கத்தா	Dhrtaka
6	மிக்கா	Miccaka
7	வசுமித்ரா	Vasumitra
8	புத்த நந்தி	Buddhanandi
9	புத்த மித்ரா	Buddhamitra
10	பர்சவா	Pārśva
11	புன்யயசாஸ்	Punyayaśas
12	அனபோதி / அஸ்வகோசா	Ānabodhi / Aśvaghoṣa
13	கபிமலா	Kapimala
14	நாகார்ஜீனா	Nāgārjuna
15	அர்யதேவா / கன்னதேவா	Āryadeva / Kānadeva
16	ராகுலதா	Rāhulata
17	சங்கநந்தி	Sanghānandi
18	சங்கயசஸ்	Sanghayaśas
19	குமரத்தா	Kumārata

20	*சயத்தா /ஜெயத்தா*	Śayata / Jayata
21	*வாசுபந்து*	Vasubandhu
22	*மனோஹரித்தா*	Manorhita
23	*ஹக்கல்னியாசாஸ்*	Haklenayaśas
24	*சிம்மபோதி*	Simhabodhi
25	*வசிஸ்டா*	Vasiasita
26	*புன்யமித்ரா*	Punyamitra
27	*பிரக்யதாரா (போதி தர்மரின் குரு)*	Prajñātāra
28	*தர்மா /போதி தர்மா*	Dharma / Bodhidharma

மற்ற குங்பூ திரைப்படங்களுக்கும் குங் ஃபூ ஹஸ்டில் திரைப்படத்துக்கும் உள்ள மிகப்பெரிய வித்தியாசமே, மற்ற திரைப்படங்களில் போதி தர்மர் சீனத்தைச் சேர்ந்த புத்தச் சமயப் பிக்குகளுக்குக் கற்பித்த 18 வகையான குங்ஃபூ முறைகளில் ஏதேனும் ஒன்று அல்லது இரண்டு வகையானவற்றை மட்டுமே பயன்படுத்தியிருப்பர், ஆனால் இந்தத் திரைப்படத்தில் மட்டுமே போதி தர்மர் போதித்த 72 வகையையும் பயன்படுத்தியிருப்பர். அவற்றில் புத்தரின் உள்ளங்கை (Buddha's Palm) முறைக்கு அதிக முக்கியத்துவம் அளித்திருப்பார்.

இந்தத் திரைப்படத்தில் உள்ள அனைவருமே சண்டைக் காட்சிகளின் போது வெவ்வேறு விதமான குங்ஃபூ முறைகளில் சண்டையிடுவர். கோடாறிக் கும்பலில் உள்ள நபர்கள் கூட வெவ்வேறு முறைகளில் சண்டையிடுவதாகக் காண்பிக்கப்படுகின்றனர். சிலகாட்சிகளில்.

போதி தர்மர் சீனத்துப் பிக்குகளுக்குக் கற்பித்த 73 வகையான சக்தி வாய்ந்த வடிவங்கள் (Powerful forms of Kung fu)

Foundation skills:

1 Shaolin Long Fist

2 Arhat Fist

3 Tiger Subduing Palm

4 Skanda Palm

5 Merciful Thousand Leaves Hand

Fist styles:

6 Dashing Shaolin

7 Drunken Fist

8 Five Elements Linked Fist

9 Lu Zhishen Pounds the Door Drunken Fist

10 Heaven and Earth in the Sleeve

11 Great Vajra Fist

Palm styles

12 Great Skanda Palm

13 Evil Subduing Palm

14 Divine Vajra Palm

15 Vajra Prajñā Palm

16 Prajñā Palm

17 Eight Styles of Divine Palm

18 Thousand Hands Buddha Palm

19 Mount Meru Palm

20 Flower Scattering Palm

21 Snowy Mountain Palm

22 Bodhidharma Palm

23 Swift Palm

24 Stone Wielding Palm

25 One Clap Two Scatters

Finger styles:

26 Indian Buddha Finger

27 Maha Finger

28 Duoluoye Finger

29 Wuxiang Jie Finger

30 Flower Pinching Finger

31 Great Strength Vajra Finger

32 Great Wisdom Wuding Finger

33 One Finger Zen

34 Grappling styles

35 Great Strength Vajra Grab

36 Eagle Claw

37 Nirvana Grab

38 Indra Grab

39 Tiger Claw

40 Dragon Claw

41 Grabbing Hand

42 Big Grabbing Hand

43 Small Grabbing Hand

44 Flower Pinching Grabbing Hand

45 Shaolin Eighteen Styles Grabbing Hand

Sword styles

46 Arhat Swordplay

47 Skanda Evil Subduing Swordplay

48 Bodhidharma Swordplay

Saber styles

49 Evil Subduing Saber Style

50 Burning Wood Saber Style

Staff styles:

51 Evil Subduing Staff Style

52 Evil Suppressing Staff Style

53 Wild Demon Staff Style

54 Small Yaksha Staff Style

55 Big Yaksha Staff Style

56 Obtaining the Scriptures Staff Style

Inner energy skills:

57 Vajra Evil Subduing Divine Skill

58 Vajra Body Defending Divine Skill

59 Yijin Jing

60 Nine Yang Divine Skill

61 Arhat Evil Subduing Divine Skill

62 Pona Skill

63 Cassock Evil Subduing Skill

Others:

64 Dragon Capturing Hand

65 Golden Bell Shield

66 Iron shirt

67 Pārami Hand

68 Vajra Zen Lion Roar

69 Shadowless Formless Legs

70 Great Skanda Mace

Battle formations

71 Great Arhat Formation

72 Vajra Evil Subduing Ring

73 Arhat Sword Formation

புத்த உள்ளங்கை: (தியானம்)

புத்தரின் உள்ளங்கை என்பது இரண்டு விதமான பொருளையும் பயன்பாட்டையும் குறிக்கும் ஒரு சொல்லாடலாகும்.

முதல் வகையான சொல்லாடல், தியானத்துடன் தொடர்புடையது, புத்தர் ஞானம் அடைவதற்கு முன்பும் பின்பும், தியானத்தின் போது பயன்படுத்திய முத்திரைகளைக் குறிக்கும் பொழுது பொதுவாகப் புத்தரின் உள்ளங்கை எனக் குறிக்கப்படுவதுண்டு. இந்திய வரலாற்றில் பகவான் புத்தர், 1888க்கும் அதிகமான முத்திரைகளைக் கண்டுபிடித்ததாகக் குறிப்பிடப்படுகின்ற அதே நேரத்தில் சீனாவில் புத்தர் 2800க்கும் அதிகமான முத்திரைகளைக் கண்டுபிடித்ததாகக் குறிப்பு உள்ளது. ஜப்பானில் 3800க்கும் அதிகமான முத்திரைகளைக் கண்டுபிடித்ததாகக் குறிப்பு உள்ளது. எது எப்படியாக இருந்தாலும் முத்திரைகள் என்பது பகவான் புத்தரால் கண்டுபிடிக்கப்பட்டது என்பதே இங்கு நான் பதிவிட விரும்பும் தகவல்.

இருப்பினும் புத்தர் குறித்த எழுத்துகளிலும், சித்திரங்கள், சிற்பங்கள், சிலைகள், எனப் பலவற்றிலும் பெரும்பாலும் புத்தர் கீழ்க்கண்ட பத்து வகையான முத்திரைகளோடு மட்டுமே காட்சி தருகின்றார். அவை

1. அஞ்சலி முத்திரை
2. உத்ரபோதி முத்திரை
3. அபய முத்திரை
4. விட்ராக் முத்திரை
5. வஜ்ரா முத்திரை

6. கர்ண முத்திரை
7. வரத முத்திரை
8. பிம்பிசார முத்திரை
9. தியான முத்திரை
10. தம்ம சக்ர முத்திரை

அஞ்சலி முத்திரை

இவைகள் புத்தரின் தியான முத்திரைகள் என அழைக்கப் படுகின்றது. இவற்றிலும் புத்தரின் உள்ளங்கைக்கு முக்கியப் பங்களிப்பு உள்ளது.

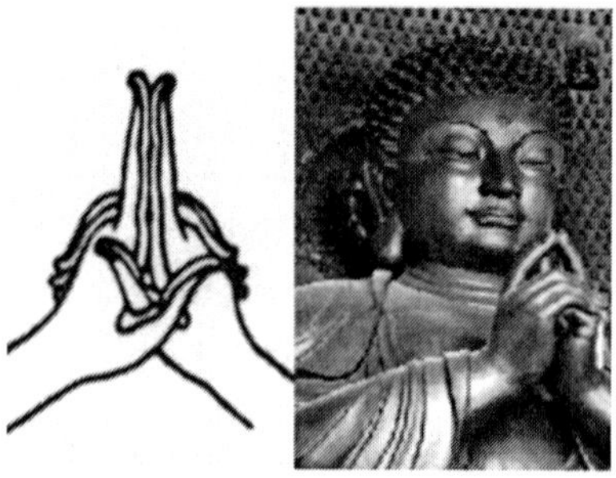
உத்ரபோதி முத்திரை

புத்தரின் உள்ளங்கை (Buddha Palm) (குங்ஃபூ)

புத்தரின் உள்ளங்கை முறைக்கு, ரு லாய் உள்ளங்கை அல்லது செலிஸ்டியல் உள்ளங்கை என வேறுசிலப் பெயர்களும் உள்ளன. புத்தரின் உள்ளங்கை என்பது குங்ஃபூ சண்டையில் பயன்படுத்தும் பல சண்டை நுட்பங்களைப் போன்றது, மற்ற சண்டை முறைகளில் எதிராளியின் மீது கைகளால், முஷ்டிகளால், விரல்களால், கை ஓரங்களால் தாக்குதல் நிகழ்த்துவோம். ஆனால், புத்தரின் உள்ளங்கை மறைய எதிராளியைத் தொடாமலேயே தாக்கும் முறையாகும்.

அபய முத்திரை

கராத்தேயில் ஷூட்டோ, டேக்வாண்டோவில் நம்முடைய கை கத்தியைப்

விட்ராக் முத்திரை

போன்று செயல்படும். ஆனால் புத்தரின் உள்ளங்கை முறையில் உள்ளங்கை கத்தியைப் போன்று அல்லது கூர்மையான ஆயுதம் போலச் செயல்படும். இந்த முறையில் ஒருவர் நிபுணத்துவம் பெற்றிருப்பாரெனில் அவரது உள்ளங்கை எதிராளியைத் தொடாமலேயே அவரைத் தாக்கும் வல்லமை பெற்றிருக்கும். மேலும் அது எத்தகைய கடினமான பொருளாக இருந்தாலும் அதைத் தூள் தூளாக்கும் அளவுக்கான வலிமையுடன் செயல்படும்.

வஜ்ரா முத்திரை

கர்ண முத்திரை

இந்தக் கலையைக் கற்றுக் கொள்ளும் ஒருவர், ஆரம்ப நிலையில் மென்மையான பொருள்களில் துவங்கி, பின் மரக்கட்டைகளில் பயிற்சியெடுத்து, அதன் பின்னர்ப் பாறைகளின் மீது பயிற்சி செய்து, இறுதி நிலையாக அதாவது மிகு நிபுணத்துவம் பெற்றவராக (மாஸ்டர்) நிலை எய்தும் போது ஒரு பாத்திரத்தில் உள்ள சிறு துகளை அல்லது துரும்பை இரு சமப் பகுதியாகப் பிளக்க வேண்டும். இந்த நிலையை அடைய ஒரு வருடம் அல்லது இரண்டு ஆண்டுகள் கூட ஆகலாம்.

வரத முத்திரை

பிம்பிசார முத்திரை

இதைத்தான் சிங் சிறுவயதில் ஊமை பெண்ணை ரவுடிக் கும்பலிடம் இருந்து காப்பாற்றும் பொழுது காட்சி படுத்தப்படும். கற்றுக் கொள்ளக் கடினமானதாகத் தோன்றினாலும் புத்தரின் உள்ளங்கை முறையைப் பயிற்சி எடுக்க உடல் பலமாக இருக்க வேண்டும் என்னும் தேவையில்லை. மாறாகப் பஞ்சபூதச் சக்திகளைத் தன் உடல்வழியாக வெளியேற்றும் அதே வேலையில் பிரபஞ்சத்திலுள்ள பஞ்சபூத ஆற்றலோடு இணைத்து எதிராளியைத் தாக்கும் நுட்பம் தெரிந்திருந்தாலே அவர்தான் புத்தரின் உள்ளங்கை முறையில் மாஸ்டர் எனப் போற்றப்படுகின்றார். குங் ஃபூ ஹாஸ்டல் திரைப்படம் இந்தப் புத்தரின் உள்ளங்கை முறையைப் பிரமாண்டமான சக்தியாகப் பயன்படுத்தமுடியும் என்னும் நம்பிக்கையை இந்த முறையைப் பயில்பவர்களுக்குள் ஆழமாகக் கொண்டு சென்ற படமாகும்.

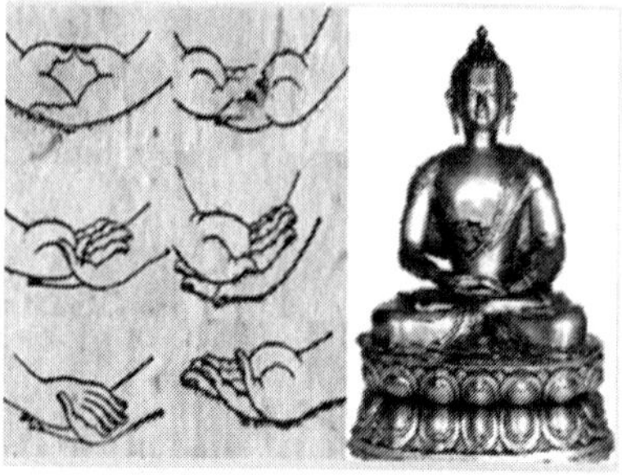

தியான முத்திரை

தம்ம சக்ர முத்திரை

நிறைவாக, புத்தரின் உள்ளங்கை தியான முறைக்கும், குங்பூ முறைக்கும் உள்ள வேறுபாட்டை விளக்குவது பொருத்தமாகக் கூடுதல் புரிதலை உண்டாக்கும் என்பதால் விளக்க விரும்புகின்றேன். பொதுவில் தியானம் என்பது, பிரபஞ்ச ஆற்றலை (Cosmic Rays) ஈர்க்கும் ஊடகமாக உள்ளங்கையைப் பயன்படுத்தும் முறையாகும். தியானிக்கும் போது நமது உள்ளங்கை பிரபஞ்ச ஆற்றலை ஈர்ப்பதால் நமது உடலும் உள்ளமும் இயக்கச் சமநிலை அடைகின்றது. ஆனால் குங்பூ முறையான புத்தரின் உள்ளங்கை முறையில், நமது உடலில் உள்ள பிரபஞ்ச ஆற்றலை நமது உள்ளங்கைகளில் இருந்து முதலில் வெளியேற்றி, அதனோடு பிரபஞ்ச ஆற்றலையும் சேர்த்துப் பேராற்றலாக மாற்றி எதிராளியைத் தொடாமல்

தாக்குதல் நிகழ்த்துவதாகும். இந்தக் கலையைக் கற்றுக் கொள்ளத் தாய்சி அடிப்படைப் பயிற்சியும் அவசியமாகும்.

தாய்சி கலை குறித்தும் போதி தர்மரின் போதனைகள் மற்றும் அவரின் புத்தச் சமயப் பங்களிப்பு குறித்து லங்கவாத சுக்தத்தில் கூடுதல் தகவல்களை அறிந்து கொள்ளலாம்.

மகாமுனி (2019)

தமிழ்

மகாமுனி திரைப்படம் முன்வைக்கும் கருத்தியலும் குறியீடுகளும்

'வாழ்க்கை அன்பினாலும், பாசத்தினாலும் ஆனது அல்ல. பிழைகளாலும், குற்ற உணர்ச்சியாலும் நிரம்பியது.'

– ஜென் தத்துவம்.

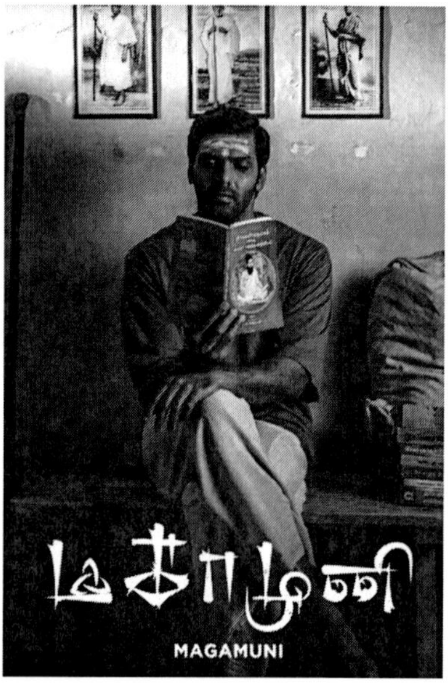

மேலே சொல்லியுள்ள ஜென் சாரம்தான் மகாமுனி திரைப்படம். மகாமுனி திரைப்படத்தின் மீது எனக்கு மீளாக்காதலும் மயக்கமும் உண்டு. அதன் உருவாக்கம், கதைசொல்லும் விதம், காட்சிப்படுத்துதல், கூர்மையான வசனங்கள், நாயகப் பிம்பம் இல்லாத கதை நகர்வு எனப் பலவற்றை அடுக்கிக்கொண்டே போகலாம்.

என்பது ஆண்டுகளுக்கும் மேலான தமிழ் திரைப்பட வரலாற்றில் இரட்டை வேடம் கொண்ட கதாநாயகனின் படம் என்றால் வழமையாக உருவாக்கி வைத்துள்ள பிம்பங்களை உடைத்து நொறுக்கிய படம் மகாமுனி.

காதலர்கள் எனில் கட்டிப்பிடித்து உருளவேண்டும் என்னும் விதியை உடைக்கின்ற சொற்பப் படங்களுள் மகாமுனியும் ஒன்று. எதிர்நாயகன் என்றால் இப்படித்தான் இருக்கவேண்டும் என்ற கட்டமைப்பை உடைத்த படம் மகாமுனி. கதைநாயகி

எனில் சதைநாயகி என்ற காட்சிப்படுத்தல் இல்லாது பெண்களைக் கண்ணியமாகக் காட்டிய படம் மகாமுனி.

மனநலம் குன்றிய தாய் தனது இரண்டு மகன்களை விட்டுச் விட்டு செல்வதும், மகன்கள் வளர்ந்த பின்னர் எதிர்பாராத விதமாக மரணத்தின் விளிம்பில் அவர்களுக்குத் தங்கள் தாய் குறித்த நினைவுகள் வருவது எனச் சின்ன மையக்கருவை வைத்துக்கொண்டு திரைக்கதையில் அரசியல், நம்பிக்கை துரோகம், ஆணவக்கொலை, இயற்கை விவசாயம், திருக்குறள், புத்தசமயம், பழிக்குப்பழி போன்றவற்றைக் காட்சிப்படுத்தியுள்ள விதத்தில் பார்வையாளனைச் சீட்டின் நுனியிலேயே ஆரம்பத்திலிருந்து இறுதிவரை உட்காரவைக்கும் அசாத்தியத்தை நிகழ்த்தியிருக்கின்றார் இயக்குனர். சாந்தகுமார்.

முனிராஜ் மற்றும் மகாதேவன் இருவரும் ஒரே சாயலில் உள்ளவர்கள். இவற்றில் முனிராஜ் அண்ணன் என்பதை நமக்குச் சூசகமாக உணர்த்துகின்றார் இயக்குனர். ஒரு காட்சியில் தனது வளர்ப்புத்தாய் தேவயானியிடம் முனிராஜ் மனநலம் குன்றிய என்தாய் நினைவில் வந்தார். அவருடன் என்னைப்போன்றே இன்னொருவனையும் பார்த்தேன் என்கின்றார்.

வேறொரு காட்சியில், மகாதேவன் தன் தாய் தன்னை விட்டுவிட்டு ஓடிப்போனவள் என்கின்றார், இந்த இரண்டு வசனத்தின் பின்புலத்திலிருந்தே தன் தாய் மனநலம் குன்றியவள் என்பதை அறிந்து வைத்துள்ள முனிராஜ் பெரியவன் என்பதையும், இது தெரியாமல் தன் தாய் தன்னை விட்டு ஓடிவிட்டாள் என்பதை மட்டும் மனதில் வைத்திருக்கும் மகாதேவன் தம்பியாகவும் படத்தில் வசனங்களின் வழியாக நம்மை உணரச்செய்திருக்கின்றார் இயக்குனர். இதைப்போல மிக நுட்பமான கதைக்கள வசனங்கள் படம் முழுவதும் நிரம்பியுள்ளது.

மகாதேவன் பாத்திரத்தைக் குறித்து விளக்கும்போது, உலகப் புகழ்பெற்ற கொரியாவைச் சேர்ந்த திரைப்பட இயக்குனர், திரு. கிம் கி டுக் அவர்கள் ஒரு நேர்காணலில் சொன்னதை அண்மையில் நான் படிக்க நேர்ந்தது. அது இந்தத் திரைப்படத்திற்கு மிகப் பொருந்துவதால் அதனை

மேற்கோளாகச் சுட்டிக்காட்ட விரும்புகின்றேன். “குற்றவாளிகள் என்று அறியப்பட்டவர்களை விடச் சமூகத்தில் நேர்மையான வாழ்க்கை வாழ்வதாகச் சொல்லிக் கொண்டிருப்பவர்கள் ஆபத்தானவர்கள். நமது கண்கள் உடலை மட்டுமே காண்பவை. அதனாலேயே அகமற்ற உடலாக இயங்கிக் கொண்டிருக்கிறது இச் சமூகம்”

குற்றச்செயல்களைப் புரிந்து சமூகத்தில் குற்றவாளியாக வாழ்ந்துவரும் மகாதேவன் அவரோடு சேர்ந்த நண்பர்களும் குற்றத்தொழில் செய்பவர்களாகவே காட்டப்பட்டிருந்தாலும், அவர்களுக்குள் நேர்மையாக இருக்கின்றார்கள். ஒருவரை ஒருவர் விட்டுக்கொடுக்காமல் கடைசிவரை உடன் நிற்கின்றார்கள். பணத்திற்காகவே குற்றச்செயல் புரிபவர்களாகக் காட்சிப்படுத்தியிருந்தாலும், நட்புக்கு முன் பணம் பொருட்டல்ல என்ற நற்குணம் உள்ளவர்களாகவே இருக்கின்றார்கள்.

நிலச்சுவான்தாராகவும், நேர்மையாளராகவும், நல்லவராகவும், அரசியல்வாதியாகவும் காட்சிப்படுத்தப்பட்டிருக்கின்ற நபர்கள், கொலை உட்பட எல்லாக் கொடுஞ்செயல்களையும், செய்பவர்களாகவும் காட்டப்படுகின்றார்கள்.

மகாதேவன் வருகின்ற பகுதி முழுவதும் இருட்டுக்கு முக்கியத்துவம் தந்து ஒளிப்பதிவு செய்திருக்கின்றார். இயக்குனர். மகாதேவனுக்கு மட்டும் குறைந்த ஒளியைப் பாய்ச்சியிருப்பார். இதனைக் காட்சி குறியீடாகவே கட்டமைத்திருக்கின்றார் இயக்குனர். மகாதேவன் தனக்கு விருப்பமில்லை என்றாலும் கட்டாயத்தின் காரணமாகவே குற்றச்செயல்களைச் செய்கின்றார் என்பதை ஒளிப்பதிவில் இருட்டும் குறைந்த வெளிச்சமும் கொண்ட காட்சியமைப்பில் விளக்குகின்றார்.

பாலாற்றங்கரையில் மகாதேவனும், அவனது நண்பர்களும் கத்தி பயிற்சி எடுக்கும்போது மட்டுமே பகல் பொழுதாகவும் வெளிச்சத்திலும் காட்டப்படுகின்றார். தனது மனைவி விஜியுடன் மகன் பிரபாகருடன் கோவிலில் இருக்கும் போது முழுபகல் வெளிச்சத்துடன் காட்சிப்படுத்துகின்றார். இயக்குனர். இது குறியீட்டு ஒளிப்பதிவு. இத்தகைய ஒளிப்பதிவு தமிழ் படத்திற்குப் புதிது. வெகு சொற்ப இயக்குநர்கள் மட்டுமே

தங்களது வித்தியாசமான கதை களத்திற்குப் பயன்படுத்தும் உத்தி. இதைத் திறம்படப் பயன்படுத்தியிருக்கின்றார் இயக்குனர். சாந்தகுமார்.

முனிராஜ் பாத்திரமும் அதன் வார்ப்பும், வடிவமைப்பும் தமிழுக்கு முற்றிலும் புதிது. இயற்கையின் படைப்பில் உயர்வு தாழ்வு, தீட்டு, புனிதம் போன்ற கற்பிதங்கள் எதுவும் தெரியாதவர் முனிராஜ். பகுத்துண்டு பல்லுயிர் ஓம்புதல் நூலோர் தொகுத்தவற்றுள் எல்லாம் தலை – குறள் (322) நெறிப்படி வாழ்பவர். அவருக்கு எல்லாமே உயர்வானவைகள், புனிதமானவைகள். இந்தக் கருத்தியலை விளக்குவதற்காக இயக்குனர் அவர் சம்பந்தப்பட்ட காட்சிகளை எல்லாம் வெளிச்சத்திலும், குறிப்பாக வெண்மை மற்றும் பசுமை நிறத்தில் படம்பிடித்திருப்பார். இது அவரது பண்பை அல்லது இயல்பை வெளிப்படுத்தும் குறியீட்டு ஒளிப்பதிவாகும்.

முனிராஜின் பாத்திரப்படைப்பை நாம் புரிந்துகொள்ள அவர் படத்தில் பேசும் ஒரு வசனத்தை நினைவுகூர்கின்றேன். ''வேலையில் என்ன பெரிய வேலை, சின்ன வேலை, இராணுவத்தில் வேலை செய்பவனும் இந்தத் தேசத்தைக் காக்க வேலை செய்கின்றான், சாக்கடை அள்ளுபவனும் இந்தத் தேசத்தைக் காக்க வேலை செய்கின்றான். இதில் எங்கிருந்து உயர்ந்த வேலை தாழ்ந்த வேலை என்ற பாகுபாடு வந்தது என்று இந்தச் சமூகத்தில் புரையோடிப் போய் இருக்கும் உயர்ந்தவன், தாழ்ந்தவன் என்னும் கோட்பாட்டுக்கு எதிரான கேள்வியை வைக்கின்றார். அதுதான் முனிராஜின் இயல்பு. சமூகச் சமத்துவத்தை நோக்கிய பயணம்தான் முனிராஜின் பயணம்.

மகாமுனி திரைப்படமும் குறியீடுகளும்.

சொல் என்பதே குறிப்பிட்ட பொருளை உணர்த்தும் குறியீடாகும். சில சொற்கள் மற்றொன்றிற்காக நிற்பதும், மற்றொன்றின் பிரதிநிதியாகச் செயல்படுவதும், மற்றொன்றைச் சுட்டிக் காட்டுவதும் ஆகிய நிலைகளில் அமைவதுண்டு. தன்னோடு நெருக்கமான தொடர்புடைய பொருளைக் குறித்த உணர்வினைக் குறியீடு தோற்றுவிக்கின்றது. குறியீட்டை

1. இயற்கைக் குறியீடு, 2. தொன்மக் குறியீடு, 3. வரலாற்று குறியீடு, 4. இலக்கியக் குறியீடு என வகைப்படுத்தலாம். இது குறியீட்டுக்கான விளக்கம்.

திரைப்படங்களில் வரும் குறியீட்டைப் புரிந்துகொள்ளக் காட்சிகளை ஊன்றிக் கவனித்தால் நன்றாகப் புரியும், சில காட்சிகளை விளக்க அல்லது அதன் ஆழத்தை உணர்த்த இயக்குனர்கள் குறியீடுகளாகச் சிலவற்றைப் பயன்படுத்துவார்கள். அந்த வகையில் கிம் கி டுக் ன் திரைப்படம் முழுவதும் குறியீடுகளால் நிரம்பி வழியும். அத்தகைய குறியீடுகளின் வழியாகத் திரைக்கதையின் இன்னொரு பரிணாமத்தைப் படம் முழுவதும் பார்வையாளர்களுக்கு உணர்த்திக் கொண்டே இருப்பார்.

சாந்தக் குமாரின் மகாமுனி திரைப்படமும், குறியீடுகளால் நிரம்பிய திரைப்படம். இந்தக் குறியீடுகளின் வழியாக மற்றொரு கருத்தியலைத் தமிழ் சூழலுக்கு உணர்த்தக் கடின உழைப்பைத் தந்திருக்கின்றார்.. மகாமுனி என்னும் திரைப்படத்தின் தலைப்பெழுத்தே ஏகப்பட்ட குறியீடுகளால் நிரம்பியிருக்கும்.

ம என்னும் எழுத்தை ஆங்கிலத்தில் wisdom என்று சொல்லுகின்ற ஞானத்தைக் குறிக்கும் குறியீடு மற்றும் 3 ஆபரணங்கள் என்று

புத்தசமயத்தவர்கள் வழிபடுகின்ற புத்தம், தம்மம், சங்கம் ஆகியவற்றின் குறியீடாக உள்ள மூன்று தாமரை இதழ்களை வைத்திருப்பது, இதுவரையிலும் தமிழ் திரைப்படத்தில் எவரும் பயன்படுத்தாத குறியீடாகும். மகாமுனி தலைப்பெழுத்தில் 6 இடங்களில் (எங்கெல்லாம் நேர்கோடுகள் குறிக்கப்பட்டிருக்கின்றதோ அந்த இடங்களில் எல்லாம்) கிலா என்று நேபாள நாட்டின் வஜ்ஜிராயான புத்தசமயத்தவர்களால் அழைக்கப்படும் மூன்று பட்டைகள் கொண்ட கத்தியைக் குறியீடாகப் பயன்படுத்தியிருப்பார். அதே நேரத்தில் நேர்கோடுகளில் தாமரையின் வேர் என்கின்ற தேரவாதப் புத்தசமயக் குறியீட்டையும் பயன்படுத்தியிருக்கின்றார் இயக்குனர். இது மனித மனத்தின் குழப்பத்தைக் குறிக்கும் குறியீடாகப் புத்தசமயத்தில் பயன்படுத்தப்படுகின்றது.

கா என்னும் எழுத்தில் மிகத் துணிச்சலாகப் புத்தரின் கண்களைக் குறியீடாக்கியிருப்பார் சாந்தகுமார். புத்தரின் கண்கள் ஞானத்தைக் குறிக்கின்றது நேபாள நாட்டில் திரைப்படங்களில் உச்சநட்சத்திரம் முதற்கொண்டு உலகநாயகன், தல, தளபதி, விஷால், சித்தார்த், சிவகார்த்திகேயன் எனப் பலரும் இலுமினாட்டிகளின் சின்னங்களான, ஒற்றைகண், பாபா முத்திரை, பிரமிட் கோபுரம் போன்றவற்றைத் தங்களின் திரைப்படத்தில் காண்பித்து, தங்களை இலுமினாட்டிகளின் பிரதிநிதிகளாகக் காட்சிப்படுத்திக்கொண்டிருக்கும் நிலையில் புத்தரின் கண்களைக் குறியீடாக்கித் தன்னைப் புத்தசமயத்தவராக பிரகடனம் செய்கின்றார். சாந்தகுமார். .

மு என்னும் எழுத்தில் ஏர்கலப்பையை குறியீடாக்கியிருப்பார் ஏர் கலப்பை விவசாயத்தைக் குறிக்கும் குறியீடாகும், தற்போதைய நவீன காலத்தில் டிராக்டர் உழவை விவசாயத்திற்குப் பயன்படுத்திவரும் நிலையில் இயற்கை விவசாயம் எனில் ஏர்கலப்பை கொண்டு நிகழ்த்தும் உழவே சிறந்தது என்பதைத் திருக்குறளில், அறத்துப்பாலில், உழவதிகாரத்தில் – குறள் 1030 லிருந்து 1040 வரை உழவின் சிறப்பை உணர்த்தியிருப்பார். திருக்குறளைப் பேசு பொருளாகக் கொண்ட இந்தத் திரைப்படம் உழவின் சிறப்பைக் குறித்துப் பேசுகின்றது என்பதன் குறியீடே ஏர்கலப்பை.

னி என்னும் எழுத்தில் அரிவாளைக் குறியீடாக்கியிருப்பார், அதிலும் குறிப்பாக அய்யனார், கருப்பசாமி, முனிஸ்வரன் போன்ற துடியான குலச்சாமிகளின் கையிலிருக்கும் அரிவாள் அது. அய்யனார், முனிஸ்வரன் போன்ற தெய்வங்களின் பெயர்களும் புத்தரின் பெயர்களே. மேலும் னி எழுத்தின் சுழிகளில் சங்கை குறியீடாகப் பயன்படுத்தியிருப்பார். சங்கு புத்தசமயத்திலுள்ள எட்டுப் புனிதப்பொருள்களில் சங்கும் ஒன்றாகும் . புத்தச் சமயத்தை மக்களிடம் கொண்டு செல்வதற்காக வைணவம் சங்கை திருமாலின் புனிதப் பொருளாகவும், புத்தரைத் திருமாலின் அவதாரமாகவும் பயன்படுத்திக் கொண்டது.

மகாமுனி என்னும் சொல் புத்தரின் பெயரைச் சுட்டுகின்றது என்பதில் எவருக்கும் அய்யமிருக்காது. முனி, முனியன், முனிஸ்வரன் என்பதெல்லாமே புத்தரின் பெயர்களே என்பதை பண்டிதர் அயோதிதாசர் தனது பல்வேறு ஆய்வுகளில் நிறுவியிறுக்கின்றார்.

புத்தசமயத்தின் மந்திரங்கள் பல உள்ளன. அவற்றில் ஒன்று " ஓம் முனி முனி முனி மகா முனி சுவாகா" என்பதாகும். இந்த மந்திரத்தை புத்தசமயத்தில் பிறப்பறுக்கும் மந்திரம் என்று சொல்வார்கள். வாழும் காலத்திலேயே தனது பாவக் கணக்கை நேர்செய்ய இந்த மந்திரத்தை புத்தசமயத்தவர்கள் உச்சரிப்பர்.

மகாமுனி என்று திரைப்படத்தின் தலைப்பு காண்பிக்கப்படும்பொழுது பின் புலத்தில் திபெத்தியர்களின் மொழி ஒலிப்பில் ஓம் என்னும் சத்தம் இரண்டு முறை ஒலிக்கப்படுகின்றது. இது மன அமைதிக்காக உச்சரிக்கப்படும் திபெத்திய மந்திரமாகும்.

புத்தர் மனநலத்தை குறித்து பல்வேறு சுக்தங்களை நமக்கு போதித்துள்ளார். அவைகளில் குறிப்பிட்ட சிலவற்றை மட்டும் பட்டியலிடுகின்றேன்.

1. சபாசவா சுக்தம் – மஜ்ஜிம நிகாயம் 2 வது பாடல்
2. வத்துபமா சுக்தம் – மஜ்ஜிம நிகாயம் 7 வது பாடல்
3. மதுபிண்டிகா சுக்தம் – மஜ்ஜிம நிகாயம் 18 வது பாடல்

4. விட்டகசந்தான சுக்தம் – மஜ்ஜிம நிகாயம் 20 வது பாடல்

5. மகிந்தய சுக்தம் – மஜ்ஜிம நிகாயம் – 75 வது பாடல்

6. மகா சுனத்த சுக்தம் – மஜ்ஜிம நிகாயம் 122 வது பாடல்

7. படேகரட்ட சுக்தம் – மஜ்ஜிம நிகாயம் 131 வது பாடல்

8. சலயத்தன – விபாங்க சுகத்தம் – மஜ்ஜிம நிகாயம் 137 வது பாடல்

9. சுதா சுக்தம் – அங்குத்தர நிகாயம் – 183 வது பாடல்

10. தங்கா சுக்தம் – அங்குத்தர நிகாயம் – 199 வது பாடல்

11. பேம சுக்தம் - அங்குத்தர நிகாயம் – 200 வது பாடல்

12. அகட்டவினய சுக்தம் - அங்குத்தர நிகாயம் – 162 வது பாடல்

13. வச்சசுக்தர் - அங்குத்தர நிகாயம் – 198 வது பாடல்

14. கோதன்னசுக்தம் - அங்குத்தர நிகாயம் – 60 வது பாடல்

15. ஈரிசுக்தம் - சம்யுக்த நிகாயம் – 18 வது பாடல்

16. பஞ்சகவ்வசுக்தம் / அன்னட்டலக்க சுக்தம் - சம்யுக்த நிகாயம் – 59 வது பாடல்

17. தஜககசுக்த - சம்யுக்த நிகாயம் – 03 வது பாடல்

18. வெப்பசிட்டிசுக்த - சம்யுக்த நிகாயம் – 4 வது பாடல்

19. படிகசம்புபட –விபாங்கசுக்தம் - சம்யுக்த நிகாயம் – 02 வது பாடல்

20. உபாதனசுக்தம் - சம்யுக்த நிகாயம் – 52 வது பாடல்

21. சதிசுகதம் - சம்யுக்த நிகாயம் – 05 வது பாடல்

22. பிக்குசுக்தம் - சம்யுக்த நிகாயம் – 36 வது பாடல்

23. கந்தசுக்தம் - சம்யுக்த நிகாயம் – 48 வது பாடல்

24. துக்கஅதாசுக்தம் - சம்யுக்த நிகாயம் – 165 வது பாடல்

இயக்குனரின் பின் குரல் ஒலிப்பில் சாதாரணச் சிறைச்சாலைக்கும், மனநல காப்பகத்துக்கும் உள்ள வேறுபாட்டை விளக்குவார். குறிப்பாக குற்றங்கள் புரிந்து சிறைச்சாலைக்குச் சென்றவர்களுக்கும், மனநல காப்பகத்தில் உள்ளவர்களுக்குமான நுட்பமான வேறுபாடுகளை மிக எளிதாக நாம் அனைவரும் புரிந்து கொள்ளும் வகையில் விளக்குவார். இது வத்துபமா சுக்தத்தின் எளிய சுருக்கமாகும். சாதாரண மனிதனுக்கும் மனநலம் பாதிக்கப்பட்டவர்களுக்குமான வேறுபாடே புத்தரின் வத்துபமா சுக்தம்.

மனநல காப்பகத்தில் மகாதேவனின் அறிமுகம், புத்தரும் அவரது 5 சீடர்களும் வாரணாசியில் இசிபட்னா வனத்திலுள்ள மான்சோலையில் நிகழ்த்திய முதல் போதனையின் குறியீடாக 5 நபர்கள் சூழ்ந்திருக்க காட்சிப்படுத்தப்படுகின்றார்.

மகாதேவனும் அவனுடைய மகன் பிரபாகரனும் பள்ளியில் முதல்வரை சந்திக்க உட்கார்ந்திருக்கும் போது பின்புலத்தில் இயேசுநாதர் தப்பியோடிய ஆட்டுக்குட்டியை கரங்களில் வைத்திருப்பது போன்ற ஓவியத்தின் நிழலில் மகாதேவன் தெரிவது போன்ற குறியீடு அவரும் அந்த ஆட்டைப்போலவே தப்பி ஓடியவர் என்பதை குறிப்பிட்டிருப்பார்.

அரிச்சந்திரன் கதைகள், சாதியை ஒழிக்கும் வழி, துறவியின் மோகம், கலகம், காதல் இசை ஆகிய புத்தகங்கள் இந்த திரைப்படத்தில் குறியீடுகளாக காண்பிக்கப்படுகின்றது. இவற்றுடன் சார்லி சாப்பிலினின் மாடர்ன் டைம்ஸ் என்ற திரைப்படம் மேக்கரையில் சிறுவர்களுக்கு திரையிட்டுக் காட்டப்படுவதாக காட்சிப்படுத்தப்படுகின்றது. அந்த திரைப்படம் சார்லி சாப்ளின் தன்னை பொதுவுடமைவாதியாக பிரகடனப்படுத்தியத் திரைப்படம்.

பூலான்தேவி, மாலலா, சாவித்திரிபாய் பூலே, அருந்ததிராய், மனோரமா, போன்ற பெண் ஆளுமைகளும் திரைப்படத்தில் காட்சிப்படுத்தப்படுகின்றார்கள். இதில் தமிழ் திரைப்பட வரலாற்றில் சாவித்திரிபாய் பூலேவின் புகைப்படத்தை பயன்படுத்திய முதல் தமிழ்ப்படம் மகாமுனி என்றே கருதுகின்றேன். இந்தியாவின் முதன் பெண் ஆசிரியை என்ற

சிறப்பும், இவரின் பிறந்தநாளை ஆசிரியர்கள் தினமாக கொண்டாடவேண்டும் என்ற உரிமை முழக்கமும் தற்போது முன்னெடுக்கப்பட்டு வருகின்றது.

பெரியார், வ.உ.சி. திருவள்ளுவர், நாராயணகுரு, அம்பேத்கர், விவேகானந்தர். ஆகியோர்களும் இந்த திரைப்படத்தில் குறியீடாக காட்சிப்படுத்துகின்றார்கள். இதில் நாராயணகுருவின் புகைப்படத்தை முதன்முதலில் காட்சிப்படுத்திய திரைப்படம் மகாமுனி. மேலும் புரட்சியாளர் டாக்டர். பீ.ஆர். அம்பேத்கரை பிக்குவின் கோலத்தில் முதன்முதலாக காட்சிப்படுத்திய திரைப்படமும் மகாமுனி.

முனிராஜ் டியூசன் சென்டரில் மாணவர்களிடம் நேர்மையானவர்கள் யார் என்பதற்கான விளக்கத்தை திருக்குறளில் இருந்து நவீனபாணியில் விளக்கமளிக்கும்போது குறியீடாக அவருக்கு ஒரு பக்கத்தில் திருவள்ளுவரும், இன்னொரு பக்கத்தில் வ.உ.சிதம்பரனாரின் புகைப்படமும் காண்பிக்கப்படுகின்றது. அதற்கு ஒரு பெரிய காரணமிருக்கின்றது.

திருக்குறளுக்கு பலரும் உரையெழுதியிருந்தாலும் இரண்டுபேர் எழுதிய உரை மிகச்சிறப்பு வாய்ந்தது. உண்மைக்கு பக்கத்தில் இருந்து நடுநிலையில் நின்று அறம் பிழறாமல் எழுதிய உரைகளாகும் அவை. அதில் முதலாமவர். பண்டிதர் அயோதிதாசர். இன்னொருவர். வ.உ.சிதம்பரனார் ஆவார். இதில் பண்டிதரின் உரைகள் புத்தசமய நோக்கில் இருக்கும்.

வ.உ.சி. எழுதிய உரைகள், திருக்குறளின் ஒவ்வோர் சொல்லுக்கும் உண்மையான பொருளைத் தேடித் தேடி எழுதியவையாகும். திருக்குறளில் உள்ள இடைச்செருகல் மற்றும் குறள் செருகலையும் நீக்கி உண்மையான குறள் மற்றும் அதன் பொருளை தமிழுக்கு அளித்தப் பெருமை வ.உ.சி. யை சேரும். அறத்துப்பாலுக்கு மட்டும் உரையெழுதினார் என்று நம்பப்படுகின்றது. அதன் குறியீடுதான் படத்தின் இறுதிக்காட்சியில் முனிராஜ் அறத்துப்பால் உரை எழுதியவராக காட்சிப்படுத்தப்படுவார்.

முனிராஜ் சிறையில் இருந்து திருக்குறள், யோகம் தியானம் ஆகியவற்றை பயின்றவராக காட்சிப்படுத்தப்படும் நேரத்தில்

வ.உ.சி.யும், சிறையிலிருந்து திருக்குறளுக்கு உரையெழுதியவராக வரலாறு சொல்கின்றது. முனிராஜின் பாத்திரப்படைப்பின் சாயலில் வ.உ.சியும் சில இடங்களில் வந்துபோகின்றார்.

குடும்பம், எங்க ஆளுங்க என்ற வார்த்தைகள் ஆண்டைச் சாதிகளின் குறியீடாகப் பயன்படுத்தப்படுகின்றது. அதே நேரத்தில் பிளாஸ்டிக் டம்ளர். மற்றும் யூஸ் அன்ட் த்ரோ டம்ளர் சாதிய கட்டுமானத்தை காப்பாற்றும் பொருட்களாக பேசப்படுகின்றது திரைப்படத்தில். சீமைச்சாராயம் உயர்சாதியினரின் குறியீடாகவும், நாட்டுச்சாராயம் தாழ்ந்த சாதியினரின் குறியீடாகவும் சுட்டிக்காட்டப்படுகின்றது.

விஜியின் மரணம் கிணற்றில் நிகழும், அதேவேளையில் அவருடைய மரணத்துக்கு காரணமாக இருந்த குற்றப்பிரிவு ஆய்வாளரின் மரணமும் கிணற்றில் நிகழ்வதாகவே காட்டப்பட்டிருக்கும். இது மரணம் என்பது ஒரு புதைகுழி என்ற கோணத்தில் குறியீடாக்கப்பட்டிருக்கின்றது.

புதிய திராவிடம், கோயில் எதிர்ப்பு போராட்டம், தமிழக விவசாயிகள் மீண்டும் கைது., என வரலாற்றின் பழைய பக்கங்களுக்கு புதிய பரிணாமம் தந்திருப்பார் இந்தப் படத்தில் தீபா தயாரித்திருக்கும் இதழில். கீழ்ச்சாதிகளுக்கு, நடமாடும் சுதந்திரமும் இல்லை, பேச்சு சுதந்திரமும் இல்லை என்பதையும் இதில் ஆண்டைசாதியினரின் வசனத்திலிருந்தே தெளிவுபடுத்தியிருப்பார். சீமை கருவேலமரத்தையும், ஞெகிழியையும் ஒழிக்கவேண்டிய பொருள் சாதியைப்போலவே என்று உருவகப்படுத்தியிருப்பார். பிறவிப்பெருங்கடலை நீந்தி கடக்க மகாமுனி தயாராகிவிட்டதாக இறுதிக்காட்சியையும் குறியீடாக்கியிருப்பார் இயக்குனர்.

பேசாத பொருளை பேசத்துணிந்து, அதனை குறியீடாக காட்சிப்படுத்தி, தமிழ் சினிமாவில் இந்த அளவுக்கு துணிச்சலாக ஆணவக்கொலை, மற்றும் சாதியில்லாத சமூகம், பல்லுயிர்சூழல் பாதுகாத்தல், புத்தச்சமயத் தத்துவங்கள் என குறியீடுகளால் நிரம்பிய புரட்சிகரமானத் திரைப்படம் இயக்குனர் சாந்தகுமாரின் எழுத்து மற்றும் இயக்கத்தில் வெளிவந்த மகாமுனி.

யோதா (1992)

மலையாளம்

யோதா என்னும் மலையாளச் சொல் போராளி என்ற பொருளில் உணரப்படுகின்றது. இதற்கு சண்டை வீரன் என்ற பொருளும் உண்டு. இது *1992* ஆம் ஆண்டு செப்டம்பர் மாதம் *3* ஆம் தேதி வெளியானத் திரைப்படம். இந்தத் திரைப்படத்தை இயக்கியவர் திரு. சங்கீத் சிவன். ரோஜா திரைப்படத்தை அடுத்து இசைப்புயல் ஏ.ஆர். ரகுமான் இசையமைப்பில் வெளியான இரண்டாவது திரைப்படம் இது.

இவர்களுடன் நேபாள தேசத்து இளம் புத்ததுறவி சித்ததார்த் லாமாவும் நடித்து இருப்பார்கள். முதலில் மலையாளத்தில் வெளியான இந்த திரைப்படம் *1993*ல் தா்மயோதா என்ற பெயரில் இந்தியிலும், *1993*இல் அசோகன் என்ற பெயரில் தமிழிலும், *1995*ல் யோத்தா என்ற பெயரில் தெலுங்கிலும் வெளியானது.

விருதுகள்:

யோதா மலையாள படத்திற்கு கேரள மாநில அரசின் திரைப்பட விருதுகள் *4* – கிடைத்தது. அவை.

1. சிறந்த குழந்தை நட்சத்திரம்,
2. சிறந்த படத்தொகுப்பு,
3. சிறந்த ஒலி பதிவு, மற்றும்

4. சிறந்த ஆண்பாடகர் என நான்கு விருதுகள் கிடைத்தது.

கதை:

வஜ்ஜிராயன புத்தநெறி பிரிவைச் சார்ந்தவர்களுக்கான தலைவர்கள் பொதுவில் ரிங்போச்சி என்று அழைப்பார்கள். ரிங்போச்சி என்னும் நேபாள சொல்லுக்கு புனிதமானவர் என்ற பொருளாகும். எனவே அந்த அடைமொழியைத் தாங்கிய புத்த பிக்குகளை மிகவும் புனிதமானவர்களாகக் கருதி, நேபாள், திபெத், பூடான், போன்ற வஜ்ஜிராயன புத்தசமயத்தைப் பின்பற்றும் நாடுகளில் மிகுந்த மரியாதையுடன் நடத்துவர்கள். அவர்களை வாழும் புத்தராகவேக் கருதுவார்கள்.

அதன்படி நேபாளத்தை சார்ந்த வயது முதிர்ந்த ரிங்போச்சி மதத்தலைவர் இறந்து விடுகின்றனா். இறந்த புத்தநெறி தலைமை பிக்கு எங்கே எந்த ஊரில் மீண்டும் குழந்தையாக பிறந்திருக்கிறார் என்பதை கண்டறியும் நிகழ்ச்சி நடத்தப்படுகின்றது. இந்த நிகழ்ச்சிக்கு துளுகு(*Tuluku*) என்று பெயர் உண்மையில் இஃது ஒரு வகையான புத்தநெறி சமயச் சடங்காகும், இந்த சடங்கை நடத்துவதற்கு என அங்கீகரிக்கப்பட்ட ஆளுமைகள் இருப்பார்கள் அவர்களே துளுகு சடங்கை நடத்துவார்கள் மற்றும் அவர்களே புதிய சமயத் தலைவரை கண்டறியவும் அங்கீகரிக்கவும் செய்வார்கள்.

அதன்படி நேபாளத்தில் புதிதாக தேர்ந்தெடுக்கப்பட்ட ரிங்போச்சி குழந்தையை, கொண்டு வந்த மடத்தில் தங்க வைத்து, தலைமைப் பயிற்சிகள் அளிக்கின்றார்கள். அந்தக் குழந்தை எல்லாப் பயிற்சிகளையும் சிறப்பாக கற்று வருகின்றது.

அதே நேரத்தில் நேபாளத்தில் உள்ள மற்றொரு குழு புதிய மத குருவாக தேர்ந்தெடுக்கப்பட்ட குழந்தையை பலிகொடுத்து அவர்கள் வழிபடும் தெய்வத்திடம் இருந்து அதிசய சக்திகளைப் பெற குழந்தையைத் தேடுகின்றனர். இறுதியில் அந்தக் குழந்தையைக் கண்டுபிடித்து குழந்தையை பலியிட கடத்திக் கொண்டு செல்கின்றனர். தனது அற்புத சக்தியைப் பயன்படுத்தி ரிங்ப்போச்சிக் குழந்தை அந்த கடத்தல் கும்பலிடமிருந்து தப்பி செல்கின்றது.

திருவனந்தபுரத்தில் இருந்து நேபாளத்திற்கு செல்லும் கதாநாயகன் அசோகனிடம் ரிங்போச்சிக் குழந்தை சென்று சேர்கின்றது, அந்தக் குழந்தைக்கு அசோகன் என்ற பெயரை உச்சரிக்க முடியாமல் அப்புகுட்டன் என்றே மழலைக் குரலில் அழைக்கின்றது. இறுதியில் மடத்தலைமையும், தனது புதிய தலைவரைக் காப்பாற்ற பகவான் புத்தர் அனுப்பிய தர்மத்தை நிலைநாட்டும் வீரனாக அசோகனை கண்டறிந்து, அவருக்கு தற்காப்பு பயிற்சியும், ரிங்போச்சியைக் காப்பாற்ற சிறப்பு பயிற்சியும் தருகின்றார்கள், நரபலி குழுவிடம் இருந்து ரிங்போச்சி குழந்தையை காப்பாற்றும் போது பறிபோன பார்வையையும் மீட்டுத் தருகின்றார்கள் தங்களின் மரபு சார்ந்த வைத்தியத்தினால்.

வழக்கம்போல படத்தின் இறுதியில் குழந்தையை கடத்திச் சென்ற தீய சக்திகளை அடையத் துடிக்கும் குழுவிடம், இருந்து அப்புக்குட்டன் சண்டையிட்டு காப்பாற்றுகின்றார், தீய சக்திகளின் தலைவன் அழிக்கப்படுகின்றான் நல்ல சக்தியைச் சேர்ந்தோர் வாழ்கின்றனர். என்ற வகையில் இந்தப் படம் முடிக்கப்பட்டிருக்கும்.

இதை ஆக்ஷன், கிரைம், மர்மம், அமானுஷ்யம் என பல வகையான உணர்வுகளைக் கலந்து தயாரித்து இருப்பார்கள். இறுதியாக இந்தக் கதை கற்பனையானது, வாழும் எந்த

ஒரு நபரையோ, குழுவையோ குறிக்கப்படுவதில்லை என்று படத்தின் துவக்கத்தில் குரல் வழியாக சொன்னாலும் உண்மையில் 130 ஆண்டுகளுக்கு முன்பு நடந்த உண்மையான கதையை செல்லூலாயிட் ஓவியமாகத் தந்திருப்பார் இந்தப் படத்தின் இயக்குனர் திரு. சங்கித் சிவன்.

ஏழாம் அறிவு (2011)

தமிழ்

ஏழாம் அறிவு என்னும் திரைப்படம், தமிழ் திரைப்படம், அக்டோபர் 26, 2011 ல் வெளியானது. இது அறிவியல் புனைவு என்னும் வகைப்பாட்டில் வருகின்றத் திரைப்படமாகும். இத்திரைப்படத்தை இயக்கியவர் திரு. ஏ.ஆர். முருகதாஸ் ஆவார். இந்த திரைப்படத்தில் உள்ள புத்தநெறிக் கருத்தியலைச் சொல்வதற்கு முன் இந்தத் திரைப்படம் சம காலத்திய இளைஞர்களுக்கு போதி தர்மரை அறிமுகப் படுத்தியத் திரைப்படமாகும். மேலும் போதி தர்மர் கற்பித்ததாகச் சொல்லப்படும் வர்ம அடிமுறைகளை தமிழர் கலை என்று உலக அரங்கில் பதிவு செய்தத் திரைப்படமாகும்.

போதி தர்மரைக் குறித்து 30க்கும் மேற்பட்ட சீனா, தாய்லாந்து, கொரியத் திரைப்படங்கள் வந்திருந்தாலும், தமிழுக்கு ஏழாம் அறிவுத் திரைப்படமே முதல் திரைப்படமாகும். அந்த வகையில் இந்தத் திரைப்படம் ஓர் சாதனைத் திரைப்படமாகும்.

பன்முகப் பரிணாமம் கொண்டவர் போதிதர்மர், குறிப்பிட்டுச் சொல்ல வேண்டும் என்றால், புத்தநெறியின் மீது மிக ஆர்வம் கொண்டவர், மகாயான பிரிவைச் சார்ந்தவர், மகாயானப் பிரிவைச் சார்ந்த பிக்கு இவர், சீன தேசத்தில் உள்ள மடத்துக்கு தலைமைப் பொறுப்பேற்க இவரது தலைமை பிக்குவுக்கு வந்த அழைப்பை இவர் ஏற்று புத்த நெறியைப் பரப்ப சீனாவுக்குப் பயணப்பட்டார்.

சீன தேசத்திற்குச் சென்ற பிறகு அங்கு அவர் ஏழு ஆண்டுகள் குகையில் தங்கி தியானம் செய்து ஜென் என்னும் புதிய பிரிவை உருவாக்கியவர். இக்கனத்தில் வாழ் என்னும் கருத்தியலை அடிப்படையாகக் கொண்டது ஜென் புத்தநெறிப் பிரிவு.

சீனாவில் வலிமையில்லாமல் இருந்த புத்த பிக்குகளுக்கு எல்லாம் குங்பூ என்னும் போர்க்கலையை பயிற்றுவித்தவர், சித்த மருத்துவ வித்தகர், வர்ம மருத்துவர், நோக்கு வர்மம் தெரிந்தவர், இப்படி பல சிறப்பு வாய்ந்தவரை, தமிழர்களுக்கும், இந்தியர்களுக்கும் அவர் குங்பூ தெரிந்தவர் என்ற கோணத்தில் மட்டுமே இந்தத் திரைப்படம் முன்னிறுத்துகின்றது.

தமிழ்நாட்டில் காஞ்சிபுரத்தில் பல்லவ இளவரசராகப் பிறந்து வளர்ந்த போதிதர்மரை தமிழ் திரைப்படத்தில் மட்டுமே தமிழராக காட்டப்பட்டுள்ளது. தெலுங்குத் திரைப்படத்தில் இவர் தெலுங்கராகக் காட்டப்படுகின்றார், இந்தி திரைப்படத்தில் இவரது தாய் மொழியாக இந்தியாக காட்டப்படுகின்றது. இவ்வாறு அந்த அந்த மாநில மொழியாளராக காட்டியிருப்பது மிகப் பெரும் வரலாற்றுத் திரிபு ஆகும்.

சீனா, கொரியா, ஹாங்காங், ஆகிய நாடுகளில் வந்துள்ள போதி தர்மர் குறித்தத் திரைப்படங்களில் இவரை தென்னிந்தியாவைச் சார்ந்தவர் என்றும், தமிழகத்தைச் சேர்ந்தவர் என்றும், காஞ்சிபுரம் மாவட்டத்தைச் சேர்ந்தவர் என்றும் வரலாற்றைத் திரிக்காமல் உள்ளது உள்ளபடியே காட்டும் போது, தமிழ் திரைப்படங்களில் அவரைக் குறித்து உள்ளது உள்ளபடி காட்டாமல், ஏழாம் அறிவு திரைப்படத்தை எந்தெந்த மொழிகளில் மொழிமாற்றம் செய்து வெளியிட்டார்களோ அந்தந்த மாநிலத்தைச் சேர்ந்தவராகவே காட்டுவது உண்மையில் வேதனையான ஒன்று.

அதே நேரத்தில் தமிழகத்தில் போதி தர்மரைப் பற்றிய முழுமையான குறிப்புகள் இல்லை, அவர் பல்லவ அரசரா, அவர்களுக்கு முன்பிருந்த களப்பிரர்கள் வம்சத்தைச் சேர்ந்த அரசரா, அல்லது பாண்டிய வம்சத்தைச் சேர்ந்த அரசரா என்பதிலேயே நமக்கு இன்னும் குழப்பம் இருக்கின்றது. ஏனெனில் ஜப்பான் நாட்டைச் சேர்ந்தவர்கள் போதிதர்மர் யார் என்பதை குறித்து ஆய்வு செய்து “ போதிதர்மர் களப்பிரர்

வம்சத்தைச் சேர்ந்த ஒரு அரசர் என்றும் பின்னாளில் அவர் புத்த பிக்குவாக மாறினார் என்கின்றனர் *(Father Damoulin, A History of Zen Buddhism (1963, Pantheon Books)*

இந்தியாவில் மட்டும் அவரைப் பற்றிய குறிப்புகள் இல்லை, என்றால், அவர் சென்று தங்கிய இடங்கள், சமயப் போதனைகள் நிகழ்த்திய இடங்கள் யாவற்றிலும் அவரைப் பற்றிய குறிப்புகள் திட்டமிட்டு அழிக்கப்பட்டுள்ளன என்கின்றார் அருட்தந்தை டெமோலின் அவர்கள். இந்த கருத்து உண்மையில் மிக ஆழமாக யோசிக்க வேண்டிய கருத்தாக உள்ளது.

பிற மொழிகளில் போதி தர்மரைப் பற்றிய வரலாற்றுக் குறிப்புகள்

போதிதர்மரைப் பற்றி ஆய்வு செய்த டோக்கியோ பல்கலைக் கழகத்தின் பேராசிரியரான சுடோமு காம்பேயின் அவர்கள் தனது " சீன இலக்கியத்துக் கதைகள்" (Chineese Literature Stories) என்ற ஆங்கில நூலில் போதி தர்மர் தென்னிந்தியாவிலுள்ள பல்லவ பேரரசரின் 3வது மகனாகப் பிறந்தார். இவர் காஞ்சிபுரத்தில் வாழ்ந்தார் என்று குறிப்பிடுகின்றார்.

போதி தர்மரைப் பற்றியப் பெரும்பாலான தகவல்கள் கி.பி.1053 ஆம் ஆண்டு சுவான்ஃபா ஜெய்சாங்ஜி என்ற நூல்

வழியாக பெரும்பாலான உலகத்துக்கு தெரிய வந்தது. இது “ சட்டம் மற்றும் சரியான போதனையின் பரிமாற்றம் பதிவு” என்று ஆங்கிலத்தில் மொழிபெயர்க்கப்பட்டது. இந்த நூலின் படி போதிதர்மர் “ தென்னிந்தியாவின் ஒரு பிராமண மன்னனின் மகன் என்று கூறப்படுகிறது. போதிதர்மருக்கு போதிதாரா என்று பெயரிடப்பட்டது என்ற குறிப்பும் இந்த நூலில் உள்ளது.

இறுதியாக போதி தர்மரின் வாழ்க்கையில் இருந்து இந்த உலகத்திலுள்ள அனைத்து சமயங்களும் அறிந்து கொள்ள வேண்டிய மிக முக்கியமான தகவல் புத்த சமயத்தில் பெண்கள் உயரியப் பதவியில் இருந்தார்கள். குறிப்பாக சங்கத்தின் தலைமைப் பொறுப்பில் இருந்தார்கள். அவர்களைத் தேடி வந்த தலைமைப் பொறுப்பை கூட அவர்கள் வேண்டாம் என்று ஆண்களுக்கு வழங்கியிருக்கின்றார்கள். இறுதியாக புத்தநெறி ஆண்கள் பெண் பிக்குகளின் தலைமையை ஏற்று நடந்திருக்கின்றார்கள், அவர்களின் கட்டளைக்கு அடிபணிந்து இருந்திருக்கின்றார்கள். சமய தீட்ச்சை வழங்கும் அளவுக்கான அங்கீகாரமும் பெண்களுக்கு இருந்திருக்கின்றது. பெண்களுக்கு சமத்துவம் அளிக்கும் ஒரே சமயம் புத்தசமயம் என்ற கருத்தியலை அடிப்படையாகக் கொண்டு உருவாக்கப்பட்ட திரைப்படம் ஏழாம் அறிவு.

ஜெர்சி (2019)

தெலுங்கு

ஜெர்சி என்பது 2019 ஆம் ஆண்டு வெளியான தெலுங்கு மொழி திரைப்படமாகும்,

இந்தத் திரைப்படம் விளையாட்டு மற்றும் குடும்பம் என்ற வகைமைக்குள் அடங்குகின்றத் திரைப்படமாகும். இந்தப் படத்தை எழுதி இயக்கியவர். கௌதம் தின்னனுரி . தயாரிப்பு நிறுவனம் சித்தாரா எண்டர்டெயின்மென்ட்ஸ், தயாரிப்பாளர் சூர்ய தேவரா நாக வம்சி இந்த திரைப்படத்தில் நானி மற்றும் ஷ்ரத்தா ஸ்ரீநாத் , ரோனித் கம்ரா, சத்யராஜ் , ஹரிஷ் கல்யாண் , சனுஷா , சம்பத் ராஜ் மற்றும் விஸ்வந்த் துட்டும்புடி ஆகியோர் முக்கிய வேடங்களில் நடித்துள்ளனர். படத்தின் இசையை அனிருத் ரவிச்சந்தரும் , ஒளிப்பதிவை சானு ஜான் வர்கீஸ்ம் படத்தொகுப்பை நவீன் நூலி யும் சிறப்பாகக் கையாண்டுள்ளார்.

நடிகர்கள்

- அர்ஜுனாக - நானி
- அர்ஜுனின் மனைவி சாரா பெர்னாண்டஸாக - ஷ்ரத்தா ஸ்ரீநாத்
- அர்ஜுனின் மகன் நானியாக - ரோனித் கம்ரா
- அடல்ட் நானியாக - ஹரிஷ் கல்யாண் , கேமியோ தோற்றத்தில்
- பயிற்சியாளர் மூர்த்தியாக - சத்யராஜ்

- நந்தன் "நந்து" ரெட்டியாக - விஸ்வந்த் துட்டும்புடி
- பத்திரிகையாளர் ரம்யாவாக - சனுஷா , நந்துவின் காதலி
- ராமப்ப கவுடாவாக - சம்பத் ராஜ் , கர்நாடக பயிற்சியாளர்
- அதுல், மும்பை பயிற்சியாளராக - ஷிஷிர் சர்மா
- ராஜேஷ், அர்ஜுனின் நண்பனாக - பிரவீன்
- பிசிசிஐ தலைவராக - ஜெயபிரகாஷ்
- வழக்கறிஞர் ராவ் - ரமேஷ்
- பிரம்மாஜி - ஒரு ஆர்வமுள்ள நடிகராக
- சாராவின் தந்தையாக - சஞ்சய் ஸ்வரூப்
- பாதுவாக - ஆங்கர் சௌமியா
- நியூசிலாந்து கேப்டனாக - ஆரோன் ப்ளீக்லி
- நியூசிலாந்து கிரிக்கெட் வீரராக - மேத்யூ ஜாக்சன்
- ஃபின் ஹல்பர்ட் - ஒரு நியூசிலாந்து துடுப்பாட்ட வீரராக
- நியூசிலாந்து கிரிக்கெட் வீரராக - பிலிப் முர்கட்ராய்ட் அஸ்ப் தஹால்

கதைச் சுருக்கம்

இந்தத் திரைப்படத்தின் கதையை, 3 கதை மாந்தர்களின் பார்வையில் இருந்து விளக்குவது பொருத்தமாக இருக்கும் என்று நினைக்கின்றேன்.

முதலில் அர்ஜுன் அவரின் மனைவி சாராவின் பார்வையில் இருந்து இந்தக் கதையைப் புரிந்து கொள்ள வேண்டும் என்றால், " அர்ஜுன் வளர்ந்து வரும் 26 வயதுடையக் கிரிக்கெட் வீரர், அவர் உள்ளூர் அளவிலான கிரிக்கெட் போட்டிகளிலும், ரஞ்சிக் கோப்பை போட்டிகளிலும் விளையாடிக் கொண்டிருக்கும் துடிப்பான விளையாட்டு வீரர்.

சாராவின் மீது எப்போதும் அளவற்ற அன்பை பொழிந்து கொண்டிருக்கும் காதலனான அர்ஜுன் எப்பொழுதும் கட்டிப்பிடித்தல், தழுவுதல் வழியாக தனது அன்பைப் பரிமாறிக் கொண்டிருப்பவன். தனது வீட்டில் தந்தையின் விருப்பத்துக்கு மாறாக, அர்ஜுனைத் திருமணம் செய்து கொள்கிறாள் சாரா, திடீரென்று ஒரு நாள் தான் இனிமேல் கிரிக்கெட் விளையாடப் போவதில்லை என்று மனைவியிடம் தெரிவிக்கிறான். பத்து ஆண்டுகள் கழித்து பார்க்கும் போது அர்ஜுனுக்கு நானி என்ற பத்து வயது சிறுவன் மகனாக இருக்கின்றான் அவன் 5 ஆம் வகுப்புப் படிக்கின்றான். அவனுடைய பள்ளியில் கிரிக்கெட் அணியில் ஓர் உறுப்பினராக இருக்கின்றான்.

அர்ஜஜுனுக்கு விளையாட்டுத் துறைக்கென ஒதுக்கப்பட்டுள்ள ஒதுக்கீட்டின் அடிப்படையில் இந்திய உணவுக் கழகத்தில் வேலை கிடைக்கின்றது. அந்த வேலையும் லஞ்சம் வாங்கிய வழக்கில் பறிபோகின்றது. அந்த வேலைக்காக வழக்கு தொடரப்பட்டு வழக்கறிஞருக்கான கட்டணத்தொகை செலுத்துவதற்குக்கூட வழியில்லாமல் இருக்கும் அர்ஜுன். மின்சாரக் கட்டணத்தை செலுத்துவதில் கூட தனக்கு ஒத்துழைப்பு அளிக்காத கணவனாகவே அர்ஜுனைப் பார்க்கின்றாள் சாரா.

திடீரென்று 36 வயதில் மீண்டும் கிரிக்கெட் விளையாடப் போகின்றேன் என்று சொல்கிறான். உள்ளூர் அளவிலான விளையாட்டுப் போட்டிகளில் விளையாடுகின்றான். பின் மீண்டும் ரஞ்சிக் கோப்பைக்கான விளையாட்டு அணிக்காக பயிற்சிக்கு செல்கின்றேன் எனச் சொல்கிறான். பயிற்சிப் போட்டிகளில் விளையாடும்போது எதையும் சொல்லாத சாரா, ரஞ்சிப் போட்டிக்கு விளையாடச் செல்லும் போது மறுக்கின்றாள், அப்போது கூட அர்ஜுன், எனக்கு இந்த வாழ்க்கை பிடிக்கவில்லை, எல்லாவற்றிற்கும் உன்னை எதிர்பார்த்துக் கொண்டிருப்பதும், நானி எதையாவது கேட்கும் போது எதையாவது சொல்லி ஏமாற்றுவதையும் எனக்கு பிடிக்கவில்லை, நான் எனக்காக வாழ்க்கையை வாழ விரும்புகின்றேன் என்று சொல்கிறான்.

ரஞ்சிக் கோப்பை அணிக்காக விளையாடுகின்றான். வெற்றியைத் தேடித் தருகின்றான். போட்டி முடிந்ததும் நெஞ்சு வலியால்

மருத்துவமனையில் அனுமதிக்கப்பட்ட இரண்டாவது நாளில் மரணமடைகின்றான். சாரா காதலித்து திருமணம் செய்திருந்தாலும் சாராவைப் பொருத்த வரையிலும் அர்ஜுன் ஒரு புரியாத புதிராகவே அவளுக்கு இருக்கிறான். இருந்தும் அவன் மீதுள்ள காதலால் அவற்றை சகித்துக் கொண்டு வாழும் பெண்ணாகவே சாரா காண்பிக்கப்படுகிறாள் திரையில்.

நானியின் பார்வையில் அர்ஜுன்

தன் தந்தையைக் குறித்து எவர் எந்த குற்றச்சாட்டை முன் வைத்தாலும், நானியைப் பொறுத்தவரையில் அர்ஜுன் ஒரு பாசக்கார அப்பா, உலகத்தின் சிறந்த தந்தைக்குரியவர் என் தந்தை என்ற நினைவுடன் இருப்பவர், தன் தந்தை தனக்கென கேட்கும் எதையும் வாங்கித் தராமல் இருந்தாலும் தன் மீது அன்பை பொழிபவர் தன் தந்தை என்ற சிந்தனை மிக உடையவன் நானி.

ஒரு முறை கோபத்தில் நானியை அர்ஜுன் அடித்துவிட, அதை யாரிடமும் சொல்லாமல் இருப்பான் நானி, ஏன் நீ அப்பா அடித்ததை மற்றவர்களிடம் சொல்லவில்லை என்று அர்ஜுன் கேட்கும் போது, எங்கப்பா என்னை அடித்தார் என்றால் யாரும் நம்பமாட்டார்கள், அதனால் நான் சொல்லவில்லை என்று தனக்கும் தன் தந்தைக்கும் உள்ள பாசப்பிணைப்பை மனதில் வைத்து பதில் சொல்லுவார். தான் கிரிக்கெட் விளையாடவா வேண்டாமா என்று அர்ஜுன் தன் மகனைக் கேட்டபோது அர்ஜுன் " நீங்கள் விளையாடுங்கப்பா, நீங்கள் விளையாடும்போது ஹீரோ மாதிரி இருக்கிறீங்க " என்று சொன்னதைக் கேட்டு தன் தந்தை தனக்காக கிரிக்கெட் விளையாடினார் என்பதில் நானிக்கு தன் தந்தை குறித்து ஏக பெருமிதம்.

அதேபோல் தன் வகுப்புத் தோழர்களின் அப்பாக்களைக் குறித்துப் பேசும்போது, அவர்களின் அப்பாக்கள் யாரும் கிரிக்கெட் விளையாடவில்லை, என் அப்பா கிரிக்கெட் விளையாடுகின்றார் என்று தன் அப்பாவையும் கிரிக்கெட் குறித்தும் பெருமிதப் பார்வை உடையவராகவே நானி சிறுவனாக இருந்தது முதல் வளர்ந்தபின்னும் இருப்பதாகவே இந்தத் திரைப்படத்தில் அவரது காட்சியமைப்பு இருக்கின்றது.

அர்ஜுன் பார்வையில் ஜெர்சி திரைப்படம்

25 வயதுடைய மட்டை வீரர் (Batsman) ஐதராபாத் அணிக்காக கிரிக்கெட் விளையாடிக் கொண்டிருக்கின்றார், சாதிக்க வேண்டும் என்னும் வேகம் அவருள் நிரம்பி காணப்படுகின்றது. கிரிக்கெட்டின் மீது தீராத காதலுடன் இருக்கின்றார், அதே அளவு சாராவையும் காதலிக்கின்றார், கிரிக்கெட்டில் இந்திய அணிக்காக விளையாட அவர் தேர்வாகும் நேரத்தில் திடீரென்று கிரிக்கெட்டில் இருந்து விலகுகின்றார், பின்னர் எந்த வேலையையும் செய்யாமல், வீட்டில் இருக்கின்றார், அதன் பின் திடீரென்று ஒரு நாள் நான் கிரிக்கெட் விளையாடப் போகின்றேன் என்கின்றார், இப்படி அவரைப் புரிந்து கொள்ள முடியாதவராகத்தான் படத்தில் அவர் கட்டமைக்கப்பட்டிருக்கின்றார். திரைப்படத்தின் இறுதியில் இந்தியா என்னும் பெயர் பொறித்த கிரிக்கெட் வீரர்கள் அணியும் பனியனை அவர் பெறும்போதுதான் படத்தில் அவரை முழுமையாகப் புரிந்துகொள்ளமுடிகிறது.

அதாவது கிரிக்கெட் விளையாட்டின் போது களத்தில் ஏற்படுகின்ற மன அழுத்தத்தினால் அவர் கிரிக்கெட் விளையாடும் போது தாறுமாறாக அவரது இதயத் துடிப்பு இருப்பதால் மேற்கொண்டு அவர் கிரிக்கெட் விளையாடினால்

அவரது உயிருக்கு ஆபத்து என்கின்ற மருத்துவ ஆலோசனையை ஏற்று அவர் இந்த விஷயத்தை யாரிடமும் சொல்லாமல் கிரிக்கெட் விளையாடுவதை திடீரென்று நிறுத்துகின்றார். அதே நேரத்தில் யாருக்கும் தெரியாமலே அதற்கான மருந்துகளையும் சாப்பிட்டு வருகின்றார்.

பத்து ஆண்டுகள் கழித்து மகன் விருப்பத்திற்காக கிரிக்கெட் விளையாடி ஐதராபாத் அணிக்காக வெற்றியை தேடித் தந்து சீரற்ற இதயத் துடிப்பின் காரணமாக மருத்துவ மனையில் சேர்க்கப்பட்ட இரண்டாவது நாள் உயிர் துறக்கின்றான்.

ஜெர்சி திரைப்படத்தில் உள்ள புத்த சமயக் கருத்துகள்.

அடிப்படையில் இந்தப் படத்தின் கதையானது ஒரு உண்மைச் சம்பவத்தைத் தழுவியது என்கின்றனர் விமர்சகர்கள். குறிப்பாகக் கிரிக்கெட் வீரர் ராமன் லம்பாவின் கதையைத் தழுவியது என்கின்றனர் இதை இந்தப் படத்தின் இயக்குனரும், இந்தப் படத்தின் கதை நாயகன் நானியும் இதை மறுத்துள்ளதாக இணையத்தில் செய்திகள் உள்ளது.

அடிப்படையில் இது ஒரு மனிதன் தனக்குப் பிடித்ததைச் செய்தால் இறந்து விடுவோம் என்கின்ற உயிர் பயத்தைக் கொண்ட கதை என்பதாலும் அதையொட்டியே நாயகனின் இறப்பு நிகழ்வதாலும் இறப்பைக் குறித்துப் பகவான் புத்தர் பல சூக்தங்களில் தனது ஆழமான கருத்தை வெளிப்படுத்தியிருக்கின்றார். அந்த வகையில்

1. பிரஞ்சாபரமித்தா சூக்தா (Prajnaparamita Sutra)

முழு ஞானத்தைக் குறிக்கும் மகாயான சூக்தமாகும் இது, புத்தநெறியில் பெண் தெய்வங்களுக்கெல்லாம் தாயாக இருக்கின்ற பரிஞ்சா பிக்குகள் மற்றும் பிக்குணிகளுக்கு வாழ்வின் பிறப்பு முதல் இறப்பு வரை முழுஞானம் பெற்று மகிழ்வுடன் வாழ்வது எப்படி என்பதைக் கற்பித்த சூக்தமாகும் இது 8,000 அடிகள் கொண்ட நீண்ட பாடலாகும். இதில் மரணம் என்பது எப்படி நிகழ வேண்டும் என்பதை அறிந்து கொள்ளலாம்.

2. ரத்னகுட்டா சூக்தா (Ratnakuta Sutra)

3. இதயச் சூக்தா (Heart Sutra)

4. தாமரை சூக்தா (Lotus Sutra)

5. மலர்வளையம் சூக்தா (Flower Ornament Sutra)

6. அமிதாப சூக்தா (Amitabha Sutra)

7. வைத்தியர் புத்தா சூக்தா (The Medicine Buddha Sutra)

8. உன்னத அரிய சூக்தா (The Great Noble Sutra)

9. வைரவெட்டி சூக்தா (THE VAJRA CUTTER SUTRA)

10. அரிமாவின் பிளிரல் சூக்தா (Roaring Sound of the Lion)

11. மரனஸ்ஸதி சூத்தா

மரணஸ்ஸதி சூக்தா

ஒரு சமயம் ஆசீர்வதிக்கப்பட்டவர் நாடிகாவில் செங்கல் மண்டபத்தில் தங்கியிருந்ததாகக் கேள்விப்பட்டிருக்கிறேன். அங்கு அவர் துறவிகளிடம் உரையாற்றினார்,

துறவிகளே மரணம் குறித்து உங்களின் எண்ணத்தை அறிய விரும்புகின்றேன் மேலும் மரணமில்லாத வாழ்வு சாத்தியமா? என்று அங்குக் குழுமியிருந்த பிக்குகளிடம் கேட்டார். அதற்கு ஒரு பிக்கு எழுந்து வணக்கத்திற்குரிய பகவான் புத்தரை வணங்கி இவ்வாறு பதில் தந்தார்,

பிக்கு 1: , பகலில் விகாரில் இருந்து புறப்பட்டு இரவு திரும்பும் போது, நிகழலாம். உதாரணமாகச் சொல்வதென்றால் 'என் மரணம் பல வழிகளில் நிகழலாம். வழியல் உள்ள பாம்பு என்னைக் கடிக்கலாம், தேள் என்னைக் குத்தலாம், மற்றும் ஏதேனும் ஒரு விஷஜந்து என்னைக் கடிக்கலாம் இவ்வாறு மரணம் நிகழலாம், ஆனால் மரணமில்லாத வாழ்க்கை எனக்குத் தெரிந்த வகையில் இல்லை.

பிக்கு 2 என் மரணம் எப்போது வேண்டுமானாலும் நிகழலாம். அவ்வாறு நிகழ்வது எனக்கு வருத்தத்தைத் தரும், சாதாரணமாக நடக்கும்போதுகூட எப்படி நிகழும்.அது எனக்கு ஒரு தடையாக இருக்கும். நான் நடக்கும் போது தடுமாற்றம் நிகழலாம், நான் விழலாம் அப்போதுகூட என் மரணம் நிகழலாம் பகவானே.

பிக்கு 3 நான் உண்ட உணவு, செரிமானமாகாமல், என்னைத் தொந்தரவு செய்யலாம்;என் பித்தம் தூண்டப்படலாம்,என் சளி. எனக்குத் தொல்லைகள் தரலாம், குளிர் என் உடலைத் துளைக்கலாம், இவ்வாறுகூட என் மரணம் நிகழலாம்.

பிக்கு 4 ஆண்டவரே, தூக்கத்தில் கூட மரணம் நிகழலாம் ஆண்டவரே

பிக்கு 5 பகவானே, என்னால் கைவிடப்படாத தீய குணங்கள், ஆசை, காமம் என ஏதேனும் இருந்தால் அதனால் கூட என் மரணம் நிகழலாம், பகலில் கூட அது நிகழலாம்

எல்லோரின் பதிலையும் கேட்டபின் முழுஞானம் பெற்ற பகவான் புத்தர் இவ்வாறு கூறினார். பிக்குகளே, பிறப்பைப் போல இறப்பும் ஒரு நாள் உண்டு. அது நம்மால் தடுக்க முடியாது. நாம் அனைவரும் ஒவ்வொரு நாளும் இறப்பை நோக்கித்தான் சென்றுகொண்டிருக்கின்றோம், அது எல்லோரின் வாழ்விலும் ஒரு நாள் வந்தேதீரும், அதற்கென பயந்து கொண்டு இருப்பது வாழ்க்கையில்லை, நம் ஒவ்வொருவரும் நாள்தோறும் மரணம் வரும் என்பதை ஏற்றுக்கொண்டு அதைக் கடந்து நற்செயல்களைச் செய்து வாழ வேண்டும்.

இறப்பில்லா வாழ்வு என்பது, ஒருவர் இறந்த பின் மக்களின் மனங்களில் வாழ்வதுதான், இறப்பில்லாத வாழ்க்கை, அவ் வாறு மக்களின் மனங்களில் வாழக்கூடிய செயல்களைச் செய்யுங்கள், அவர்களின் துன்பத்தைப் போக்குங்கள், வாட்டத்தை ஓட்டுங்கள், நோய்க்கு மருத்துவம் பாருங்கள், பசிக்கு உணவளியுங்கள், ஒவ்வொருநாளும் மக்களுக்குப் பயன்படக்கூடிய செயல்களைச் செய்யுங்கள், அரிய செயல்களைச் செய்து மக்களின் மனதில் வாழக்கூடிய வகையில் உங்கள் வாழ்நாளைப் பயனுள்ளதாக மாற்றுங்கள் அப்போதுதான் மனிதர்களுக்கு மரணமில்லாத வாழ்க்கை சாத்தியமாகும் என்றார், அனைத்துப் பிக்குகளும் ஆசிர்வதிக்கப்பட்டவரின் அருளுரையை மகிழ்வுடன் ஏற்றுக் கொண்டனர்.

பகவான் புத்தர் அருளிய மரணஸ்ஸிமிருதி சூக்தத்தின் படி அர்ஜுன் தனது 25 ஆம் வயதில் சீரற்ற இதயத் துடிப்பின் காரணமாகத் தனக்கு மரணம் நிகழலாம் என்பதால் மரணபயம்

கொண்டு யாரிடமும் சொல்லாமல் கிரிக்கெட் விளையாடுவதை நிறுத்துகின்றான். பின்னர் மரணப் பயத்தினால், தன் நண்பனிடம் 500 ரூபாய் கடன் வாங்கக்கூட இயலாமல் தடுமாறுகின்றான். மேலும் அவன் மகனுடைய பிறந்தநாளுக்கு அவன் கேட்ட ஜெர்ஸியைக் கூட வாங்கித் தர முடியாமல் தடுமாறும்போது மரணப் பயத்தால் தன் சுயமரியாதையை இழந்து தனக்குப் பிடித்த மகன் விரும்புவதைக்கூட வாங்கித் தரமுடியாத வாழ்க்கை வாழ்வதற்குப் பதிலாகத் தனக்குப் பிடித்த விளையாட்டை விளையாடி ஒரு வீரனாகவும், மரியாதையோடும் சாவதை விரும்பித் தேர்வு செய்கின்றான் அதன் காரணமாகவே உதவி பயிற்சியாளர் வேலை தயாராக இருந்தாலும், அதை விடுத்து விளையாட்டு வீரனாகி, விளையாடி, ரஞ்சிக் கோப்பையைப் பெற்றுத்தந்து இறக்கின்றான். பகவான் புத்தர் கூறுவதைப்போல, மக்கள் மனங்களில் ஒரு வீரனாக அர்ஜுன் வாழ்கின்றார்.

அசோகா (2001)

இந்தி

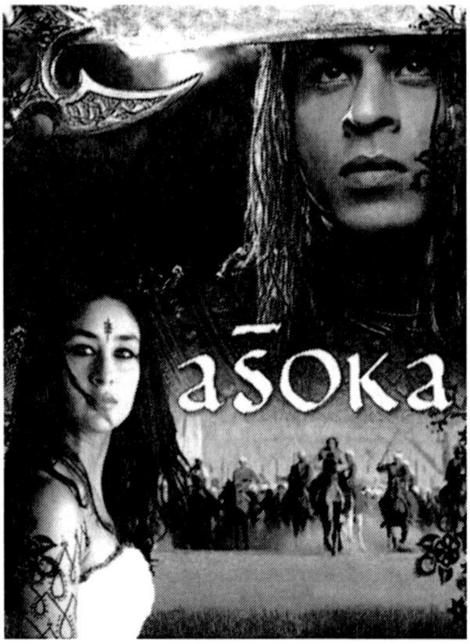

அசோகா என்பது 2001 ஆம் ஆண்டு வெளிவந்தஇந்தி-மொழி காவிய வரலாற்று நாடகத் திரைப்படமாகும், இது சந்தோஷ் சிவனால் இயக்கப்பட்டது மற்றும் இணைந்து எழுதப்பட்டது.

இது கிமு 3 ஆம் நூற்றாண்டில் இந்திய துணைக் கண்டத்தின் பெரும்பகுதியை ஆண்ட மௌரியப் பேரரசின் பேரரசர் அசோகாவின் ஆரம்பகால வாழ்க்கையின் நாடக வடிவமாகும். இப்படத்தில் ஷாருக்கான் கரீனா கபூர், அஜித் குமார் , ஹிரிஷிதா பட் மற்றும் டேனி டென்சோங்பா ஆகியோருடன் நடித்துள்ளனர். இதை கான், ஜூஹி சாவ்லா மற்றும் ராதிகா சங்கோய் ஆகியோர் தயாரித்துள்ளனர். திரைக்கதையை சந்தோஷ் சிவன் மற்றும் சாகேத் சவுத்ரியும், வசனத்தை அப்பாஸ் டைரேவாலாவும் எழுதியுள்ளனர். இது முதலில் அசோகா: தி கிரேட் என்ற பெயரில் இந்தியாவில் வெளியிடப்பட்டது.

அசோகா யுனைடெட் கிங்டம் மற்றும் வட அமெரிக்கா முழுவதும் பரவலாகத் திரையிடப்பட்டது, மேலும் வெனிஸ் திரைப்பட விழா மற்றும் டொராண்டோ சர்வதேச திரைப்பட விழாவிலும் திரையிடத் தேர்ந்தெடுக்கப்பட்டது, அங்கு அது நேர்மறையான விமர்சனங்களைப் பெற்றது. 47வது ஃபிலிம்பேர் விருதுகளில், அசோகா சிறந்த திரைப்படம், சிறந்த இயக்குனர் மற்றும் சிறந்த நடிகை உட்பட 5 பரிந்துரைகளைப் பெற்றார் மற்றும் சிறந்த ஒளிப்பதிவாளர் விருதை வென்றார்.

அசோகரின் கலிங்கப் போர் மற்றும் அவருடைய காதல் ஆகிய இரண்டு கண்ணோட்டத்தின் அடிப்படையில் இந்தப் படம் உருவாக்கப்பட்டுள்ளது. ஆனாலும் வரலாற்றில் நீண்ட காலமாகவே பார்ப்பணர்களால் மறைக்கப்பட்டிருந்த அசோகரின் வரலாற்றைத் திரைப்படமாக்க முன் வந்ததற்காக படக்குழுவினரைப் பாரட்ட வேண்டும். சிறப்பான நடிப்பைத் தந்ததற்காக அனைவரையும் பாராட்ட வேண்டும், அந்த காலத்திற்கே நம்மைக் கொண்டு சென்றதற்காக ஒளிப்பதிவாளரைப் பாராட்ட வேண்டும். வரலாற்றில் மறைக்கப்பட்டிருக்கும் அசோகரின் உண்மை வரலாற்றை கொஞ்சம் நினைவூட்ட விரும்புகிறேன்.

மௌரிய அரசர்கள்

1. சந்திர குப்தர் அவரது மகன் பிம்பிசாரர்
2. பிம்பிசாரர் அவரது மகன் அஜாதசத்ரு
3. அஜாதசத்ரு அவரது மகன் உதயிபத்ரா
4. உதயிபத்ரா அவரது மகன் முண்டா
5. முண்டா அவரது மகன் காகவர்ணன்
6. காகவர்ணன் அவரது மகன் சஹாலன்
7. சஹாலன் அவரது மகன் துலகுசி
8. துலகுசி அவரது மகன் மஹாமண்டலன்
9. மகன் மஹாமண்டலன் அவரது மகன் பிரசனஜித்
10. பிரசனஜித் அவரது மகன் நந்தர்
11. நந்தன் அவரது மகன் பிந்துசாரர்
12. பிந்துசாரர் அவரது மகன் அசோகன்

அசோகவந்தனா அட்டவனையில் சந்திரகுப்தர் பெயர் இல்லை, மௌரிய அரசர்களின் பட்டியல் பிம்பிசாரரில் இருந்து துவங்குகின்றது.

வரலாற்றில் முதல் பிம்பிசாரரின் மகன் அசோகன் என்றே பதியப்படுகின்றது. உண்மையில் மாமன்னர் அசோகர்

இரண்டாம் பிம்பிசாரரின் மகன் ஆவார் இவருக்கு 12 மனைவிகள் 101 புதல்வர்கள் அவர்களில் ஒருவர் தான் அசோகர். பிந்து சாரருக்குப் பிறகு அரியணை ஏறுவதில் ஏற்பட்ட போரில் 99 உடன் பிறந்த சகோதரர்களையும் அசோகர் கொன்றதாக ஒரு தகவல் உண்டு. திஷ்யா என்ற ஒரு சகோதரரை மட்டும் கொல்லவில்லை என்கிறார்கள்.

அசோகர்:

அசோகர் மௌரிய வம்சத்தை சேர்ந்த இந்திய அரசர். பிறப்பு கிமு 304. இவருடைய ஆட்சிக்காலம் கிமு 269 முதல் கிமு 232 வரை ஆகும். போரை வெறுத்து புத்த மதத்தை தழுவினார். புத்த மதத்தை ஆசியாவெங்கும் பரவச் செய்ய முயற்சிகள் மேற்கொண்டார். ஆயிரக்கணக்கான் புத்த விகாரங்கள் கட்டினார். இந்தியாவை ஆண்டவர்களில் சிறந்த பேரரசராக கருதப்படுகிறார் அசோகர் 36 ஆண்டுகள் ஆட்சி புரிந்தார்.

காருவாகிதேவி எனப்படும் வணிக குலப்பெண்ணை காதலித்து மணம் புரிந்து கொண்டார் இவர்களுக்கு பிறந்தவர்களே மகேந்திரனும் (மகிந்த தேரர்),சங்கமித்தையும். பின்னாளில் இவர்களை இலங்கைக்கு புத்த மதத்தினை பரப்ப அனுப்பினர். பின்னாளில் காருவாகி புத்த பிக்குனியானார்

அசோகர் முதல் முதலாக விலங்குகளுக்கு மருத்துவமனை கட்டியவர். சாலை ஓரம் மரங்களை வைத்தவர் பாடலிபுத்திரத்தில் (தற்போதைய பாட்னா) மூன்றாவது புத்த மாநாட்டை நடத்தினார் இந்த மா நாட்டிற்க்கு தலைமை வகித்தவர் உபகுப்தர் என்னும் புத்த துறவி இதற்குத் தலைமைத் தாங்கினார்.

அசோகருக்கு "அசோகவர்த்தனர்", தேவனாம் பிரியர், பிரியதர்ஷன், என்று பல பெயர்கள் உண்டு. அசோகர் என்றால் வலிகள் இல்லாத, துன்பம் அற்ற, என்று பொருள், தேவனாம்பிரியர் என்றால், கடவுளை விரும்புவன் என்று பொருள். பிரியதர்ஷன் என்றால் அனைவரையும் விரும்புபவன் என்று பொருள். தேவனாம்பியாச பிரியதர்ஷன் என்ற பெயரிலேயே அசோகர் ஆட்சி புரிந்தார்.

தேவனாம்பியாச பிரியதர்ஷன் என்ற பெயரிலேயே அசோகர் ஆட்சி புரிந்தார் ,அவர் எழுதிய கல்வெட்டுக்களிலும் இதே பெயர் காணப்பட்டது எனவே அசோகர் தான் அந்த புகழ்பெற்ற கலிங்கப்போர் புரிந்த சக்ரவர்த்தி என்பது நீண்ட நாட்களுக்கு தெரியாமல் இருந்தது. மாஸ்கி என்ற இடத்தில் உள்ள கல்வெட்டில் மட்டும் அசோகர் என்ற பெயர் குறிப்பிடப்பட்டுள்ளது. பின்னர் ஜேம்ஸ் பிரின்செப் என்ற கல்வெட்டு ஆய்வாளர் தான் இருவரும் ஒருவரே என்பதனை நிரூபித்தார்

அசோகரது தந்தை பெயர் இரண்டாம் பிந்துசாரர், தாயார் பெயர் சித்ராங்கி. இவர் பிராமணப் பெண் என்று கூறப்பட்டாலும், அரண்மனையில் அரசியர்களுக்கும், அரசர்க்கும் மசாஜ், மற்றும் எண்ணெய் தேய்த்து விடுதல் போன்ற சேவைகள் செய்துகொண்டிருந்தவர் ஆவார். இது தாழ்த்தப்பட்ட பெண்கள் செய்யும் பணியாகும்.

இந்தியா, நேபாளம், திபெத், சீனா, முதலிய நாடுகளில் அசோகரைக் குறித்து பிற்காலத்தில் புத்தகங்கள் எழுதப்பட்டுள்ளன. இவற்றில் திவ்வியவந்தனம், அசோகவதானம், மற்றும் திபெத்திய புத்தபிக்கு தாரநாதன் லாமா எழுதிய திபத்திய வரலாறு அகிய புத்தகங்களிலிருந்து அசோகர் குறித்த அரியச் செய்திகளை நமக்குத் தருகின்றது.

அசோகா என்னும் பெயருக்கு துக்கமற்றவன் என்னும் பொருள் அசோகரின் தாய் தந்தை ஆகிய இருவரும் ஆஜிவிக சமயத்தை பின்பற்றுபவர்களாக இருந்துள்ளனர். அசோகர் குறித்த இரண்டு தகவல்களை முதலில் தெளிவுபடுத்த விரும்புகின்றேன். அசோகர் தனது 99 சகோதரர்களைக் கொன்று அரசவையேறினார்.

கலிங்கப்போருக்குப் பின்னரே அசோகர் புத்தசமயம் தழுவினார் முதலில் மிக கொடுரன் என்பதுபோல் அசோகரை ஆரம்பகால புத்தசமய இலக்கியங்கள் குறிப்பிடுகின்றன. தான் அழகற்றவர் என கூறியதால் அரண்மனைப் பெண்கள் அனைவரையும் தீயிட்டு பொசுக்கினார் என்பது. புத்தசமயத்தை சார்ந்தவர்கள் தவிர மற்ற சமயத்தினர் மீது மிகக் கடுமையாக நடந்து கொண்டார் என்பது

திபெத்திய பிக்குவான தாரநாதன் லாமா இவ்வாறு கூறுகின்றார். "அசோகர் ஆரம்பத்தில் முறையற்ற சுகபோகத்தில் ஆழ்ந்திருந்தமையால்" காமா சோகா" என்றழைக்கப்பட்டதாகவும், பின்னர் பல கொடுமைகள் இழைத்தமையால் "சண்டோசோகா" என்றழைக்கப்பட்டதாகவும், கடைசியாக "தர்மாசோகா" என்றழைக்கப்பட்டதாகவும் கூறுகின்றார்.

அரசமைக்க போட்டியாக இருந்தார் என்பதற்காக 99 சகோதரர்களைக் கொன்றார் என்பது இவ்வளவு கொடூரமான ஒரு அரசர், புத்தசமயத்தை தழுவிய பின் எந்தளவுக்கு மாறினார் என்பதை சுட்டுவதற்காகவே இந்த அளவுக்கு பொய்யான ஒரு கதையை அசோகர் வரலாற்றில் புனைந்திருக்கின்றனர்.

உண்மையில் அசோகர் ஆரம்பத்திலிருந்து அரசராவதற்கு விருப்பமில்லாமல்தான் இருந்தார். தந்தையின் கட்டளையேற்று தக்சசீலாவில் நடந்த கலவரத்தை அடக்க தக்கசீலாவிற்கு ஆளுனராக பொறுப்பேற்றுக் கொண்டார்.

மக்களும், அமைச்சர்களும் அசோகரை அரசராக விரும்பினார்கள். தந்தை பிம்பிசாரரும், தாய் தம்மாவும், முதல் சகோதரனை அரசராக்க விரும்பினர், மற்ற 3 சகோதரர்களுமே அவர்களுக்குள் தாங்கள் அரசாள விரும்பினர். அசோகரின் நான்கு சகோதரர்களால் அசோகர் வாழும் காலத்திலேயே அசோகர் மீது பொய்யான புரளிகளை நாடெங்கும் பரவியது. அசோகர் பெண் பித்தர் என்பதுபோலவும், கொடுரமான கொலை வெறியர் என்றும், நான்கு சகோதரர்களும் சேர்ந்து அசோகருக்கு எதிரான பிரச்சாரத்தில் இருந்தனர்.

இந்த சூழ்நிலையில் அசோகர் தமிழ் வணிகர்களின் உதவியை நாடினார். தன்னை அரசராக்க உதவினால் வணிகர்களுக்கு விற்பனை வரியை நீக்குவதாகவும் தமிழ் வணிகரின் மகளான காருவாகியை திருமணம் செய்துகொள்ள வேண்டும் என்ற நிபந்தனையின் பேரில் அசோகருக்கு ஆதரவக தமிழ் வணிகர்கள் பிரச்சாரம் செய்தனர். வரலாற்றில் உலகெங்கும் அசோகருக்கு முன்பாகவே தமிழ் வணிகர்களே புத்தசமயத்தை பரப்பும் வேலையில் இருந்தனர். அவர்களிடமிருந்தே அசோகர் புத்தரைப் பற்றியும் புத்தசமயத்தையும் பற்றியே அறிந்திருந்தார்.

அசோகர் இளவரசு பட்டமேற்ற நான்கு ஆண்டுகள் கழித்தே தம்மை அரசராக அறிவித்தார். அதுவரையில் அரசுரிமைப் போர் தொடர்ந்து நடந்துகொண்டிருந்தது.

இளவரசாராக இருந்தபோது முதலில் லும்பினி வனத்திற்கு சென்றார். அதன்பின் புத்தகயாவுக்கு சென்றார், புத்தகயாவில் போதிமரத்திடம் தான் அரசராவதற்கு உள்ள தடைகள் எல்லாம்

நீங்க வேண்டும் என்று மனமுறுகி வேண்டிக் கொண்டதாகவும், அதற்குப் பின்னர் ஓராண்டுகள் கழித்து எல்லாத் தடைகளும் நீங்கி, அரசராக மூடிசூட்டிக் கொண்டார்.

அதற்காக அவர் புத்தகயாவுக்கு 3 தங்க புத்தர் சிலை செய்வதற்காக 400 தங்ககுடங்களை பரிசளித்தார் என்ற குறிப்பும் உள்ளது. பகவான் புத்தர் போதித்த 84,000 போதனைகளுக்கு இணையாக 84,000 நினைவுத்தூண்களை நிறுவும் பணியை தான் புத்தகயாவுக்கு சென்றுவந்த பிறகே அவர் துவங்கினார். தான் நிறுவிய 84,000 தூண்களிலும் பகவான் புத்தரின் அஸ்த்தியை வைத்தார். அதன் வழியாக புத்தசமயத்தை நாடு முழுவதும் கட்டமைத்தார். அந்த அஸ்த்தியைக் காப்பாற்றிக்கொண்டிருந்த நாக அரசர்களிடமிருந்து அவர் பெற்றார்.

உலகெங்கும் புத்தசமயத்தை பரப்ப தர்ம மகாமாத்திரர்களை நியமித்தார். அவர்களைக் கொண்டு உலகெங்கும் புத்த சமயத்தைப் பரப்பினார்.

அசோக பேரரசர் பவுத்தத்தை தென்னிந்தியா முழுமையும் பரப்ப உதவினார்

கிழக்கு ஆசிய நாடுகளான இலங்கை, மியான்மர், தாய்லாந்து மற்றும் இந்தோ-சீனா போன்ற நாடுகளுக்கும் புத்தசமயத்தை பரப்பினார். சிக்கிம், பூட்டான், நேபாளம், திபெத், மங்கோலியா, இமயமலை இராச்சியங்களிலும் புத்தசமயத்தை பரப்பினார்.

மத்திய ஆசியா மற்றும் சீனா, கொரியா, வியட்நாம் மற்றும் ஜப்பான். நாட்டிற்கும் புத்தசமயத்தை பரப்பினார். கம்போடியா, மியான்மர், பூட்டான் ஆகிய நாடுகளுடன் தாய்லாந்து நாட்டிற்கும் புத்தசமயத்தை பரப்பினார் இலங்கை, திபெத், லாவோ மக்கள் ஜனநாயக குடியரசு, வியட்நாம், ஜப்பான், மக்காவோ (சீனா) மற்றும் தைவான் நாட்டிற்கும் புத்தசமயத்தை பரப்பினார் சீனா நாட்டிற்கும் புத்தசமயத்தை பரப்பினார்.

மூன்றாம் புத்த சமயத்தை மாநாட்டை நடத்தினார். புத்தரின் போதனையின் படி சாலைஓரங்களில் மரங்களை நட்டார், விலங்குகள் மற்றும் பறவைகளுக்கு மருத்துவமனை நடத்தினார். நீர்பாசன வசதியை ஏற்படுத்தினார். மன்னர்களும், அரசு அதிகாரிகளும், மக்களிடம் சரியான முறையில்

நடந்துகொள்ள வேண்டும் என்பதற்காக கல்வெட்டுகளில் சட்ட திட்டங்களையும் புத்தரின் போதனைகளையும் எழுதி வைத்தார். பாறைகளில் கல்வெட்டுகளாக புத்தரின் போதனைகளை மற்றும் சட்ட திட்டங்களை எழுதிவைத்தார். அசோகர் பதவியேற்ற 8 ஆண்டுகளுக்குப் பிறகே கலிங்கப்போர் நடைபெற்றது.

கலிங்கப் போர்.

தனது எல்லைகள் குறித்து எழுதியுள்ள கல்வெட்டு ஒன்றில் தெற்கே மைசூர் வரை தனது எல்லையென்றும், அதற்கு கீழ் பகுதியில் ஆட்சி செய்பவர்கள் தனது முன்னோர்கள் என்றும், அவர்களை காப்பாற்றுவதும் தனது பேரரசராகிய தனது கடமை என்றும். தமிழ்நாட்டைக் குறித்து குறிப்பிட்டுள்ளார்.. அசோகரின் முன்னோர்கள் என்று குறிப்பிட்டுள்ள தமிழ்நிலத்தை ஆண்ட தமிழ அரசுகளான சேர, சோழ, பாண்டிய மன்னர்கள் தங்களுக்குள் ஒரு கூட்டாட்சியை 300 ஆண்டுகளாக காப்பாற்றி வந்துள்ளனர்.

கலிங்க மன்னன் காரவேலன் பண்டைய தமிழரசுகளின் 300 ஆண்டுகால கூட்டணியை போர்தொடுத்து உடைத்து தமிழர்களுக்குள் ஒரு பிரிவினையை ஏற்படுத்தினான். இந்த சூழ்நிலையில் வடஇந்தியாவில் போர்சூழலையும், அச்சுறுத்துதலையும் கலிங்க மன்னன் காரவேலன்

ஏற்படுத்தினான், இவரைக் குறித்து கல்வெட்டுச் செய்திகள் வழியாக அறிந்து கொள்ள நமக்கு இருப்பது ஹாத்திகும்பா கல்வெட்டு அல்லது அத்திக்கும்பா கல்வெட்டு (Hathigumpha inscription, "யானைக்குகை" கல்வெட்டு) என்பது ஒரிசாவில் புவனேசுவரம் அருகே உதயகிரியில், அன்றைய கலிங்கப் பேரரசர் காரவேலன் என்பவரால் கி.மு. இரண்டாம் நூற்றாண்டில் பொறிக்கப்பட்ட கல்வெட்டு ஆகும்.

தமிழில் இது பெரும்பாலும் அத்திக்கும்பா கல்வெட்டு என வழங்கப்படுகிறது. பண்டைய பிராமி எழுத்துகளில் ஆழமாகப் பொறிக்கப்பட்ட பதினேழு வரிகள் கொண்ட அத்திக்கும்பா கல்வெட்டு ஒரிசா மாநிலத்தில் புவனேசுவரம் நகரத்திற்கு மேற்கில் உள்ள உதயகிரி-கண்டகிரி இரட்டைமலைகளில் உதயகிரியின் தென்புறத்தில் உள்ள ஒரு குகையில் குடைந்த சமணக் குடைவரைக் கோவிலில் உள்ளது.

காரவேலன் சமன சமயத்தைச் சேர்ந்தவர். இவர் பதவியேற்ற முதலாம் ஆட்சியாண்டிலேயே முப்பத்து ஐந்து நூறாயிரம் பணம் செலவழித்துப் புயலினால் சேதமுற்றிருந்த கலிங்க நகரின் கோட்டை, கோபுரங்கள், சுவர்கள், கதவுகள், நகரின் கட்டிடங்களைப் பழுது பார்த்தும், ஏரி, தடாகங்கள், குளங்களின் கரைகளைத் திருத்தியும், நகரத் தோட்டங்களை மீளமைத்தும் மக்கள் மனதைக் குளிரவைத்தார்.

தன் இரண்டாம் ஆட்சியாண்டில், சாதகர்ணியைப் புறக்கணித்து, மேற்கு மாநிலங்களுக்கு வலிமையான குதிரை, யானை, காலாள், தேர்ப்படைகளை அனுப்பி கன்னவேணியாற்றை அடைந்ததும் மூசிகநகரத்தைக் கலங்கடித்தார். பிறகு, எட்டாம் ஆட்சியாண்டில், அவர் ஒரு பெரும்படை கொண்டு மகதநாட்டில் ராசகிருகத்தைத் தாக்கினார். யவன (கிரேக்க) மன்னன் திமெத்ரியசுவை மதுரா நகரத்துக்குப் பின்வாங்க வைத்தார்.

ஆவா அரசர்கள் கட்டிய பிதும்டா என்ற வணிக நகரத்தைக் கழுதைகளைப் பூட்டிய ஏர்களால் உழுது அழித்தார் பதின்மூன்று நூறு ஆண்டுகளாகத் தம் நாட்டுக்கு இடையூறாக இருந்து வந்த தமிர (தமிழ?) நாட்டுக் கூட்டணியை (தமிர தேக சங்காத்தம்) முறியடித்தார். பாண்டிய மன்னனிடம் குதிரைகள், யானைகளோடு மாணிக்கங்களையும், முத்து, மணி, ரத்தினங்களையும் திறையாகப் பெற்றார். முந்தையக் கலிங்கப் போர்களில் நந்த மன்னர்கள் கொண்டு சென்ற சமண தீர்த்தங்கரர் சிலையை மீட்டார். மகத மன்னர்கள் கலிங்க அரண்மனையிலிருந்து எடுத்துச் சென்ற மகுடத்தையும், நகைகளையும் மீட்டதோடு அங்க நாடு, மகத நாடுகளில் இருந்த கலிங்கச் சொத்துகளையும் மீட்டார்.

மகத நாட்டின் மீது போர் தொடுத்து அதன் சொத்துக்களை கொள்ளையடித்ததற்காகவும், அசோகரது முன்னோர்களான தமிழ் அரசர்களின் கூட்டாட்சியை சிதைத்ததற்காகவும் நிகழ்ந்த போரே கலிங்க போர். கலிங்கப்போரில் அசோகரோடு சண்டையிட்டவர் கலிங்க மன்னன் காரவேலன் ஆவார். போரில் ஒன்றரை லட்சம் போர் கொல்லப்பட்டனர். ஒன்றரைலட்சம் பேர் கைதியாகப் பிடிக்கப்பட்டனர். இரத்தம் ஆறாக ஓடியது. இந்த போர் நடைபெற்ற இடம், ஒரிசா மாநிலம் புவனகிரி

அசோகரின் கல்வெட்டுகள் மொழியியல் நோக்கில்.

நந்த வம்சத்தினர் ஆட்சி காலத்தில் நந்த வம்சத்து ஆட்சிமொழியாக இருந்த தமிழை தவிர்த்து கொடுந்தமிழுடன் பிரகிருதத்தை கலந்து புதிய மொழியுடன் ஆட்சியை நடத்தியவர்கள் மௌரியர்கள். பிராகிருத மொழிக்கு தமிரைத்

தழுவி அதற்கு வரி வடிவத்தை முதன்முதலில் அமைத்தவர் அசோகர், இந்த வரி வடிவத்திலேயே தனது கல்வெட்டுகள் அனைத்தையும் எழுதினார். அசோகரின் காலத்திற்கு முந்தைய எழுத்துகள் சிந்து வெளியைத் தவிர்த்துப் பெரும்பாலும் தமிழகத்தில் மட்டுமே கிடைக்கின்றன. அசோகரின் வரிவடிவம் தோன்றுவதற்கு மிக மிக முன்னரே தமிழுக்கு வரிவடிம் இருந்ததாக இராமச்சந்திர தீட்சிதர் கூறுவார். தமிழ்நாட்டில் வழக்கிலிருந்த தமிழ் எழுத்தைத்தான் அசோகன் தன் கல்வெட்டுகளில் பயன்படுத்தியிருக்கின்றார் என உறுதிபடக் கூறுகின்றார். நடன. காசிநாதன். தனது. பண்டைய தமிழ் எழுத்துக்களின் காலம். என்னும் புத்தகத்தில்.

இவ்வாறு கலிங்கப் போர் குறித்த உண்மைச் செய்திகளை பதிவு செய்வதற்காகவே அசோகர் திரைப்படத்தை ஆய்வுக்கு எடுத்துக் கொண்டேன். திரைப்படத்தில் அசோகர் கலிங்கப் போருக்குப் பின்பே புத்தசமயத்தை தழுவுவதாக காட்டப்படுகிறது.